மஞ்சள் மகிமை

தொ. பரமசிவன்

AF741019

அறம் பதிப்பகம்

மஞ்சள் மகிமை

தொ. பரமசிவன்

முதல் பதிப்பு - டிசம்பர் 2022

வெளியீட்டு எண்: 69

வெளியீடு: அறம் பதிப்பகம்

Manjal Makimai

Authors: Tho. Paramasivan

First Edition: December, 2022

Published by: Aram Publication
Address: No. 3/582, Mullai street,
Kasthuribai nagar, Mullipattu village & post
Arani Taluk - 632 316
Tiruvannamalai Dt, Tamil nadu
Contact Cell No: 9150724997
e-mail: arampublication50@gmail.com

Designer: G. Murugan

Printed at: Durga printers, Chennai-14

Pages: 88

ISBN: 978-93-91480-45-5

தொ. பரமசிவன்

(1950 – திசம்பர் 24, 2020)

பேராசிரியர் முனைவர் தொ. பரமசிவன் தமிழகத் தமிழறிஞரும், திராவிடப் பண்பாடு ஆய்வாளரும், மானிடவியல் ஆய்வாளர். மனோன்மணியம் சுந்தரனார் பல்கலைக்கழகத்தில் பேராசிரியராகப் பணியாற்றியவர்.

அழகப்பா பல்கலைக்கழகத்தில் பட்டப்படிப்பை முடித்த தொ. பரமசிவன், மதுரை காமராசர் பல்கலைக்கழகத்தில் மேற்படிப்பைத் தொடர்ந்தார். ஆறாண்டுகள் பேராசிரியராகப் பணியாற்றிய பின்னர், காமராசர் பல்கலைக்கழகத்தில் தமிழறிஞராக இணைந்தார். சாக்கிர் உசைன் கல்லூரி, மதுரை தியாகராஜர் கல்லூரி ஆகியவற்றில் தமிழ்ப் பேராசிரியராகப் பணியாற்றினார். 1998 முதல் 2008 இல் இளைப்பாறும்வரை மனோன்மணியம் சுந்தரனார் பல்கலைக்கழகத் தமிழ்த் துறைத் தலைவராகப் பணியாற்றினார்.

பண்பாடு, சமயங்கள் தொடர்பான இவரது ஆய்வுகள் மார்க்சிய பெரியாரிய அடிப்படையைக் கொண்டது. அடித்தள மக்களின் அழிந்து வரும் பண்பாடுகளை காக்கவேண்டியதன் அவசியத்தைக் கூர்மையாக முன்வைப்பவர். திராவிடக் கருத்தியலோடு கூடிய புதிய ஆராய்ச்சி முறையியலைக் கண்டுபிடித்த பெருமைக்குரியவர். எளிமையான மொழியின் வழி நுண் அரசியலைப் புரியவைத்தவர். எச்சங்களாகவும், மிச்சங்களாகவும் சிதறிக் கிடக்கும் தமிழ்ப் பண்பாட்டின் வேர்களை தன் கட்டுரைகள் வாயிலாக எடுத்துரைத்து வந்தவர். மேலிருந்து எழுதப்பட்ட வரலாற்றிற்கு மாற்றாக கீழிருந்து வரலாறு எழுதுவதற்கான பயிற்சியை இவரது கட்டுரைகள் தருகின்றன.

பொருளடக்கம்

தொன்மையா தொடர்ச்சியா?

பிறந்து வளர்ந்த ஊரில் இருந்து 29 ஆண்டுகள் விலகி நின்ற என்னைப் பார்த்து அந்த 85 வயது முதியவர் கேட்டார்: "பேரப்புள்ள, நீ அந்த வகையறாவா?"

"எப்படிக் கண்டுபிடிச்சீங்க, தாத்தா."

"அதான், அந்தக் காது காட்டிக் குடுத்திட்டில்லா." பொக்கை வாய் கொள்ளாத சிரிப்பு அவருக்கு.

ஆம்! எங்கள் குடும்ப மூதாதையர்களிலே யாரோ ஒருவருக்குக் காது மடல் நீளம். என் தாத்தா, பெரியப்பா, அப்பா அவர்களின் பிள்ளைகள், பேரக் குழந்தைகள் என எல்லோருக்கும் அந்த அடையாளம் உண்டு. உயிரணுத் தொடர்ச்சி என்பது சாதியச் சமூகங்களிலேயே கூர்மையான அக்கறை யோடு கவனிக்கப்பட்டு வருகின்றது. இதன் பெயர் 'தொன்மை'. உயிர்க் கூடத்தின் எல்லா வகையான அசைவுகளுக்குமான தொடர்ச்சி. உயிரியலின் தந்தை கிரகாம் மெண்டல் இருந்திருந்தால் இன்னும் விரிவாகப் பேசியிருப்பார்.

இந்தத் தொடர்ச்சி என்பது உடல் சார்ந்தது மட்டுமன்று; மக்கள் திரளின் எல்லா வகையான அசைவுகளிலும் அதன் இயக்கங்களிலும் உள்ளார்ந்ததாக இயங்கிக்கொண்டே இருக்கும். உணவு, உடை, மொழி, கலை வெளிப்பாடுகள் என்பவற்றோடு கருத்தியல் தளத்திலும் இந்தத் தொடர்ச்சி உண்டு. முதுமைக்கு மரியாதை தருவது என்பது, வேர்களுக்குத் தரும் மரியாதை ஆகும். கண்ணுக்குப் புலப்படாத வேர்களே உயிர்க்கூட்டத்தைத் தாங்கிப் பிடித்துக்கொண்டிருக்கின்றன. வெட்டுப்பட்ட அடிமரங்கள் கூடத் தளிர்ப்பது வேர்களின் சக்தியால்தான்.

தொன்மை அல்லது பழமை என்பது, 'கவைக்கு உதவாதது, அப்பாவித்தனமானது, மூடநம்பிக்கை கொண்டது. மாறிவரும் உலகத்தைப் பார்க்க மறுப்பது, கட்டுப் பெட்டித்தனமானது. சமகாலச் சமூகத்தால் பரிதாபத்தோடு மன்னிக்கப்பட

வேண்டியது', இந்தச் சமூக உளவியல் அடிமைப்பட்ட நாடுகளில் மட்டுமே நடைமுறைச் சாத்தியமாகும். நம்முடைய நாட்டில் இது எப்படிச் சாத்தியமாகிறது? காலனிய ஆட்சிக்கால அடிமை மனநிலை இன்னமும் நம்மை விட்டுப் போகவில்லை என்பதைத்தானே தெருவெல்லாம் சிதறிக் கிடக்கும் ஆங்கில வழிப் பள்ளிகள் காட்டிக்கொண்டு நிற்கின்றன. ஆனபோதும்கூடத் தொன்மை அல்லது பழமை என்பதனை நம்மால் சுருக்கிப் பார்க்க இயலாது.

பண்பாடு என்பது தொன்மையான அசைவுகளின் தொடர்ச்சியாகும். இது உயிர்த்திரள்களின் கால காலஞ் சார்ந்த அசைவுகளின் வெளிப்பாடு. உயிர்த்திரள் என்றால் அறுகம்புல்லும், மூங்கில் தூறும், ஆலமரமும் நமக்குக் காட்டுகின்ற வெளிப்பாடுகள். புதர் என்பதன் முந்திய வடிவமான அறுகம்புல், தூறு என்பதனை வெளிக்காட்டும் மூங்கில் (பெரும்புல் வகை), விழுதுகளாக வெளியினை நிரப்பும் ஆலமரம் என்பவையே தொன்மையும் பண்பாடும் என்ன என்று நமக்கு இயற்கை உணர்த்தும் பாடங்கள். 'ஆல் போல் தழைத்து அறுகுபோல் வேரூன்றி மூங்கில் போல் சுற்றம் முசியாது' என்ற வாழ்த்து மரபு கண்ட மக்கள் கூட்டத்தார் பண்பாடு மிக்கவர்கள்.

பெர்லினைச் சேர்ந்த டாக்டர் ஜேகோர் 19ஆம் நூற்றாண்டின் கடைசிப் பகுதியில் ஆதிச்சநல்லூரில் தங்கத்தால் ஆன நெற்றிப் பட்டத்தைக் கண்டெடுத்தார். இன்றும் தமிழ்நாட்டின் சில பகுதிகளில், சில சாதிகளில் இது மணமகளுக்குத் தாய்மாமன் அணிவிக்கும் நெற்றிப் பட்டம் என்பது களஆய்வு செய்தவர்களுக்குத் தெரியும். அப்படியானால் ஆதிச்சநல்லூர் பண்பாட்டுத் தொடர்ச்சி நம்மிடம் உயிரோடு இருக்கிறது என்பதுதானே உண்மை. ஆதிச்சநல்லூரில் தாய்த் தெய்வத்தின் வெண்கலச் சிற்பம் கண்டெடுக்கப்பட்டது. தமிழ்நாட்டின் 90 விழுக்காடாக அம்மன் கோவில்கள்தானே இருக்கின்றன. ஆற்றல் மிகுந்த தாய்த் தெய்வ வழிபாடுதான் தமிழர்களின் பண்பாடு என்பது இன்றளவும் உறுதியாகிக்கொண்டிருக்கிறது.

பண்பாடு என்பது சொல்லும் சொல் அல்லாத (ஸீஷீஸீ–ஸ்மீகூஷீதீணீறீ) மாபுகளும் சார்ந்தது மாபு என்பது பண்பாட்டின்

வேர்களாகும். *கன்னு வந்து பயிர மேஞ்சுதாம் இவ(ன்) கழுதய பிடிச்சி காத அறுத்தானாம்' என்பது இன்றும் தமிழ்நாட்டுக் கிராமப்புறங்களில் கேட்கக்கூடிய சொலவடை (சொல் அடை). இந்தச் சொலவடை பல நூற்றாண்டுக் கால மரபின் தொடர்ச்சி யாகும்.

உழுத உழுத்தஞ்செய ஊர்க்கன்று மேய

கழுதை செவி அரிந்தற்றால்

என்பது முத்தொள்ளாயிரப் பாடல் அடியாகும். 'பழி ஓர் இடம், பாவம் ஓர் இடம்' என்பதுதான் இதன் கருத்தாகும். அப்படியென்றால் பழந்தமிழன் பயன்படுத்திய ஒரு சொல் வழக்கினை நிகழ்காலத் தமிழர்களும் பயன்படுத்தி வருகின்றனர் என்பதுதானே உண்மை.

நகர்ப்புறத் தமிழர்களுக்கு மறந்து போய்விட்ட வழக்கங்கள் சில, கிராமப்புறத்துத் தமிழர்களால் இன்றும் பின்பற்றப்பட்டு வருகின்றன. அவற்றிலே ஒன்று வீட்டு விழாக்களிலும் ஊர்க்கோவில் விழாக்களிலும் மண்ணைப் புதிது செய்தல் என்பதாகும். அதாவது சுவரை வெள்ளையடிப்பதுபோல நிலத்தை என்ன செய்வது என்ற கேள்விக்கான விடையாக இது அமைகின்றது. 'புதுமணல் புரப்புதல்' என்பது வீடு அல்லது விழாக்களம் என்பதன் முன்னால் புதிய மணலைப் பரப்புவதாகும். 'தருமணல் ஞெமிரிய திருநகர் முற்றம்' என்று நெடுநல்வாடை இந்த வழக்கத்தைக் குறிக்கின்றது.

சங்க இலக்கியக் காலத்திலுள்ள மக்கட் பெயர்கள் சில இன்றும் தொடர்ந்து இடப்படுவதே அக்காலச் சமூகத்தின் பின் தொடர்பினைக் காட்டுகின்றது. கண்ணன், குமரன், முருகன், சாத்தன், காரி, நாகன், நாகை தலிய பெயர்கள் சங்க காலம் தொடங்கிப் பல நூற்றாண்டுகளாகத் தொடர்ந்து இடப்படுவதே 'மரபு' என்ற சொல்லை விளக்கப் போதுமானதாகும்.

ஒரு காலத்தில் சமண பௌத்த சமயங்களும் பின்னர் சைவ வைணவ மதங்களும் தமிழ்நாட்டுச் சமய வாழ்விலும் அரசியலிலும் பெரும் சூறாவளியை உருவாக்கிக் காட்டின. இருந்தபோதும் இன்றுவரை தமிழர்களை ஆயுதம் ஏந்திய தாய்த் தெய்வங்களின் வழிபாட்டிலிருந்து அப்புறப்படுத்த இயல

வில்லை. தமிழகத்தில் அம்மன் கோயில்கள் தான் எண்ணிக்கை யிலும் மிகுதி. அவைதாம் உயிர்ப்போடும் விளங்குகின்றன.

'மாமோட்டுத் துணங்கையஞ் செல்வி', 'பழையோள்', 'காடுகெழு செல்வி', 'கானமர் செல்வி', 'கடல்கெழு செல்வி' என்று சங்க இலக்கியங்கள் தாய்த் தெய்வத்தைப் பலபடப் பேசுகின்றன. தொல்காப்பியர் கூறும் திணைநிலைத் தெய்வங்களான ஆண் தெய்வங்களில் வருணனும் இந்திரனும் அப்போதே காணாமல் போய்விட்டனர்.

திருமண விருந்துகளில் இனிப்புணவாகப் பாயசம் வழங்கப்படுவதுகூட சங்க கால உணவு மரபின் தொடர்ச்சி தான். அதனை 'உளுந்து தலைப்பெய்த கொழுங்களி மிதவை' என்று சங்க இலக்கியம் குறிப்பிடும்.

ஒரு பெண் தாய்மையில் கனிகிறாள் (முழுமையடைகிறாள்) என்பதே பூப்பு என்ற சொல் உணர்த்தும் அக்காலத் தமிழர்களின் பண்பாட்டு வெளிப்பாடாகும். இயற்கையான கருச்சிதைவினை 'காய் விழுந்தது' என்றே நெல்லை மாவட்டத்தில் குறிப்பிடு கின்றனர். பூப்புக்கும் கனிவுக்கும் இடையிலான இந்தச் சொல் தாய்மை குறித்த தமிழ்ப் பண்பாட்டின் மதிப்பீட்டிற்கான அடையாளமாக இருந்து வருகிறது.

கலாச்சாரம் என்பது பொருள் உற்பத்தி சார்ந்தது. அந்த உற்பத்தி எதுவாகவும் இருக்கலாம். மனித இன மறு உற்பத்தி வரை 'பால் பலவூறுக பகடு பல சிறக்க' என்ற ஐங்குறு நூற்றின் வாழ்த்துப் பாடலை வாசித்துக்கொண்டிருக்கும் நள்ளிரவுப் பொழுதில் இராப்பாடி அந்த வாழ்த்தினைப் 'பட்டி பெருக பால்பானை பொங்க' என்று தன்னுடைய மொழியில் தெருவெல்லாம் வழங்கிக்கொண்டு போகிறான்.

உலகமயமாக்கக் காலத்தில் வாழுகின்ற நமக்குத் 'தொன்மை' மரபு வழிப்பட்ட சமூக விழுமியங்கள் எல்லாம் தேவையற்றவை யாகிவிட்டன. நமக்கு 'யுனெஸ்கோ' தெரியும். அதற்கு அடித்தளமான

பசியும் பிணியும் பகையும் நீங்கி

வசியும் வளனும் சுரக்கென வாழ்த்தி

என்ற மணிமேகலை ஆசிரியரின் சிந்தனை விளங்காது. வறுமையினால் வருகின்ற பசிக்குப் பொருளாதாரக் காரணங் களைக் கண்டறிய முயலும் காலம் நம்முடையது. பசியினை ஒரு சமூக நோயாகவும் (பசிப்பிணி) தொடரும் பசியினை அழிவு சக்தியாகவும் (அற்றார் அழிபசி) அடையாளம் காட்டிய வள்ளுவர் நமக்குக் 'கல்லில் வடித்துக் கதை படிக்க' மட்டும்தான்.

மஞ்சள் மகிமை

மஞ்சள் பூசிக் குளிப்பதும் மஞ்சள் கயிறு அணிவதும் பெண்ணுக்குரிய முக்கியமான செய்திகளாகும் மஞ்சள் என்பது பெண்ணோடும் 'மங்களகரம்' என்பதோடும் இணைத்துப் பேசப்படுகிறது.

ஆனால் மஞ்சள் ஆரோக்கியம் தொடர்பான ஒரு பொருளாகவே தமிழர் வாழ்வில் முன்பு இருந்துள்ளது. கிருமி எதிர்ப்புச் சக்தி, மஞ்சளில் உள்ளதாகக் கூறப்படுகின்றது.

'நோக்கி யசோதை நுணுக்கிய மஞ்சளால்' கண்ணனை நீராட்டுவது பற்றிப் பெரியாழ்வார் பாசுரம் பேசுகிறது.

பூசுமஞ்சளில் புகழ் பெற்றது 'விறலி மஞ்சள்' ஆகும். விறல் என்றால் முகம். விறலி என்றால் முகபாவங்கள் காட்டி நடிக்கிற நடனமாடுகிற பெண்ணைக் குறிக்கும். அன்று கூத்தாடிப் பெண்கள் அன்றைய விளக்கொளியில் நாட்டியமாடினர். அவர்களது முகம் துடிப்பாகத் தெரிய மஞ்சள் அரைத்து முகத்தில் பூசிக்கொண்டனர். விறலியர் மட்டும் பூசிய மஞ்சளைக் காலப்போக்கில் குடும்பப் பெண்களும் பூசத் தொடங்கினர். விறலியரை மதியாத நம் சமூகம் விறலி மஞ்சளை மட்டும் கொண்டாடத் தொடங்கியது; இன்றும் கொண்டாடி வருகிறது. விறலி மலை என்பதுதான் இன்று விராலிமலை என்று ஆனது என்பது கூடுதல் செய்தியாகும்.

புதுவிசை, 10 ஜூலை 2007

தாலியின் சரித்திரம்

தாலி கட்டுதல், திருப்பூட்டுதல், மாங்கல்ய தாரணம் ஆகிய சொற்கள் பெண்ணின் கழுத்தில் ஆண் தாலி அணிவிப்பதைக் குறிக்கின்றது. தாலி கட்டும் நிகழ்ச்சி நடக்கும்போது மணமக்களுக்குப் பின்னால் மணமகனின் சகோதரி அல்லது சகோதரி முறை கொண்டவர்கள் கட்டாயம் நிற்க வேண்டும். மணமகனுக்குத் தாலி முடிச்சுப் போட அவர் உதவி செய்ய வேண்டும். தமிழ்நாட்டில் பெருவாரியாக நிலவிவரும் வழக்கம் இதுவே.

மணவறையில் அல்லாமல் ஊர் மந்தையில் நின்றுகொண்டு தாலி கட்டும் வழக்கமுடைய சாதியாரிடத்திலும் சகோதரி யானவர் மணமகனுக்குத் தாலிகட்டத் துணை செய்கிறார். தமிழ்நாட்டில் குறிப்பிட்ட ஒன்றிரண்டு சாதியாரிடத்தில் இரண்டு வீடுகளுக்கு இடையிலுள்ள சந்து அல்லது முடுக்குக்குள் சென்று மணமகன் மணமகளுக்குத் தாலி கட்டுவது சில ஆண்டுகளுக்கு முன்வரை வழக்கமாக இருந்தது. இது வன்முறையாகப் பெண்ணை வழிமறித்துத் தாலிகட்டிய காலத்தின் எச்சப்பாடாகும்.

ஒரு நூற்றாண்டுக்கு முன் வரை சில சாதியாரிடத்தில் மணமகள் திருமண நிகழ்ச்சிக்கு வரமுடியாதபோது மணமகனை அடையாளப்படுத்த அவன் வைத்திருக்கும் பொருள்களில் ஒன்றைக் கொண்டுவந்து மணமகளின் பக்கத்தில் வைத்து மணமகனின் சகோதரி தாலி கட்டுகிற வழக்கம் இருந்திருக்கிறது.

மதுரை மாவட்டம், மேலூர் வட்டத்தில் வாழும் அம்பலக்காரர்களிடத்தில் மணமகனுக்குப் பதிலாக அவனுடைய வளைதடியை (வளரியை) கொண்டுபோய் அவனுடைய சகோதரி மணப்பெண்ணுக்குத் தாலி கட்டுகிற வழக்கம் இருந்துள்ளது.

மணமகன் இல்லாமலேயே மணமகளுக்குத் தாலி கட்டும் வழக்கம் தமிழகத்தில் இருந்துள்ளது என்பதற்கு இவையெல்லாம் சான்றுகளாகும்.

தாலி என்ற சொல்லின் வேர்ச்சொல்லை இனங்காண முடியவில்லை. ஆனால், தாலி, தாலாட்டு ஆகிய சொற்களைக் கொண்டு 'தால்' என்பது தொங்கவிடப்படும் அணி (காதணி, மூக்கணி, விரலணி போல) என்று கொள்ளலாம்.

நமக்குக் கிடைக்கும் தொல்லிலக்கியச் சான்றுகளிலிருந்து (சங்க இலக்கியங்கள், சிலப்பதிகாரம்) அக்காலத்தில் ஆண் பெண்ணுக்குத் தாலி கட்டும் வழக்கம் இருந்ததில்லை என்றே தோன்றுகிறது.

தமிழர் திருமணத்தில் தாலி உண்டா, இல்லையா என்று தமிழறிஞர்களுக்கு மத்தியில் 1954இல் ஒரு பெரிய விவாதமே நடந்தது. இந்த விவாதத்தைத் தொடங்கி வைத்தவர் கவிஞர் கண்ணதாசன் தாலி தமிழர்களின் தொல் அடையாளம்தான் என வாதிட்ட ஒரே ஒருவர் சிலம்புச்செல்வர் ம.பொ.சி. மட்டுமே.

கி.பி. பத்தாம் நூற்றாண்டுவரை தமிழ்நாட்டில் தாலி என்ற பேச்சே கிடையாது என்கிறார் கா. அப்பாதுரையார். பெரும்புலவர் மதுரை முதலியாரும் தமிழ் ஆய்வறிஞர் மா. இராசமாணிக்கனாரும் பழந்தமிழர்களிடத்தில் மங்கலத்தாலி வழக்கு கிடையாது என உறுதியுடன் எடுத்துக் கூறினர்.

தொல் பழங்குடி மக்கள் பிள்ளை களைத் தீயவை அணுகாமல் காப்பதற்குப் பிள்ளைகளின் இடுப்பில் அரைஞாண் கயிற்றில் சில பொருள்களைக் கட்டும் வழக்கம் இருந்தது. அவ்வழக்கம் மிக அண்மைக்காலம்வரை கூட நீடித்தது. இவ்வாறு ஐந்து பொருள் களைப் பிள்ளைகளின் அரைஞாண் கயிற்றில் கட்டுவதைச் சங்க இலக்கியங்கள் ஐம்படைத் தாலி என்று குறிப்பிடுகின்றன. மிக அண்மைக்காலம் வரையிலும்கூட கிராமப்புறங்களில் குழந்தைகளின் அரைஞாண் கயிற்றில் நாய், சாவி, தாயத்து ஆகிய உருவங்களைச் செய்து கட்டுவது வழக்கமாயிருந்தது.

நந்தனின் சேரிக்குழந்தைகள் அரைஞாண் கயிற்றில் இரும்பு மணி கட்டியிருந்ததான குறிப்பு பெரிய புராணத்தில் உள்ளது.

எனவே தாலி என்னும் சொல் கழுத்துத்தாலியைத் தொடக்க காலத்தில் குறிப்பிடவில்லை என்பது தெளிவாகிறது.

கி.பி. ஏழாம் நூற்றாண்டில் திருமணச் சடங்குகளை ஒவ்வொன்றாகப் பாடுகின்ற ஆண்டாளின் பாடல்களில் தாலி பற்றிய பேச்சே கிடையாது. மாறாக, தான் கொன்ற புலியின் பல்லை வீரத்தின் சின்னமாக ஆண் தன் கழுத்தில கோத்துக் கட்டிக்கொண்டால் அதைப் புலிப்பல் தாலி என்று குறிப்பிட்டுள்ளனர்.

'புலிப்பல் கோத்த புலம்பு மணித்தாலி' **(அகநானூறு)**

'புலிப்பல் தாலிப் புன்தலைச் சிறார்' **(புறநானூறு)**

'இரும்புலி எயிற்றுத் தாலி இடையிடை மனவுகோத்து'
(திருத்தொண்டர் புராணம்)

தமிழ்நாட்டில் ஆதிச்சநல்லூர் உள் படப் பல்வேறு இடங்களில் தோண்டியெடுக்கப்பட்ட புதைபொருள்களில் இதுவரை தாலி எதுவும் கிடைக்கவில்லை.

தமிழ்நாட்டில் இப்போது பயன் படுத்தப்பட்டுவரும் தாலிகளில் சிறுதாலி, பெருந்தாலி, பஞ்சார (கூடு) தாலி, மண்டைத் தாலி, நாணல் தாலி (ஞாழல் தாலி), பார்ப்பாரத் தாலி, பொட்டுத் தாலி ஆகியவை பெருவாரியான மக்களால் பயன்படுத்தப்படுபவை ஆகும்.

ஒரு சாதிக்குள்ளேயே அதன் உள் பிரிவுகள் சிறுதாலி, பெருந்தாலி வேறுபாட்டால் அடையாளப்படுத்தப்பட்டன. ஒரு காலத்தில் உணவுசேகரிப்பு நிலையில் வாழ்ந்த சில சாதியார் இன்றுவரை கழுத்தில் தாலிக்குப் பதிலாகக் 'காரைக்கயிறு' என்னும் கறுப்புக்கயிறு கட் டி க்கொள்கின்றனர். கழுத்தில் காரை எலும்பையொட்டிக் கட்டப்படுவதால் அது காரைக்கயிறு எனப் பெயர் பெற்றது. பார்ப்பாரத் தாலியில் ஒரு வகை, பெண்ணின் மார்புகள் போன்ற இரண்டு உருவத்திற்கு நடுவில் ஒரு உலோகப் பொட்டினை வைத்துக்கொள்வதாகும். இது மனிதகுல வரலாற்றில் ஏதோ ஒரு தொல்பழங்குடியினரின் கண்டுபிடிப்பாக இருக்க வேண்டும்.

கி.பி. பத்தாம் நூற்றாண்டு முதலே தமிழகத்தில் பெண்ணின் கழுத்துத்தாலி புனிதப் பொருளாகக் கருதப்பட்டு வந்துள்ளதாகக் கொள்ளலாம். அதன் பின்னரே கோயில்களிலும் பெண்

தெய்வங்களுக்குத் தாலி அணிவிக்கப்பட்டது. திருக்கல்யாண விழாக்களும் நடத்தப்பட்டன. நாளடைவில் தாலி மறுப்பு அல்லது நிராகரிப்பு என்பது கனவிலும் நினைத்துப் பார்க்க முடியாத ஒன்றாக மாறிவிட்டது. தம் குலப்பெண்களுக்கு மேலாடை அணியும் உரிமை கோரி குமரிப்பகுதி நாடார்கள் நடத்திய தோளசீலைப் போராட்டத்தை ஒடுக்க அன்று நாயர்கள், நாடார் பெண்களின் தாலிகளை அறுத்தனர். அந்த இடம் இன்றும் தாலியறுத்தான் சந்தை என்று வழங்கப்படுகிறது

இந்தியச் சிந்தனையாளர்களில் தந்தை பெரியார்தான் முதன் முதலில் தாலியை நிராகரித்துப் பேசவும் எழுதவும் தொடங்கி னார். அவரது தலைமையில் தாலியில்லாத் திருமணங்கள் நடைபெறத் தொடங்கின. ஆணுக்குப் பெண் தாலி கட்டும் அதிர்ச்சி மதிப்பீட்டு நிகழ்ச்சிகளும் சில இடங்களில் நடந்தன. பின்னர் 1968இல் அண்ணா காலத்தில் நிறைவேற்றப்பட்ட சுயமரியாதைத் திருமணச்சட்டம் தாலி இல்லாத் திருமணத்தைச் சட்டபூர்வமாக அங்கீகரித்தது.

கடைசியாக ஒரு செய்தி: சங்க இலக்கியங்களில் தாலி மட்டுமல்ல, பெண்ணுக்குரிய மங்கலப் பொருள்களாக இன்று கருதப்படும் மஞ்சள் – குங்குமம் ஆகியவையும் கூட பேசப்படவே இல்லை.

பெண் என்னும் சுமைதாங்கி

இரண்டு அகலமான கற்களை நெட்டுக் குத்தாக நட்டு, அவற்றின் மீது கிடைவசமாக மற்றொரு கற்பலகை வைக்கப் பட்ட அமைப்பைச் சாலை ஓரங்களில் பார்த்திருக்கலாம். இதுதான் சுமைதாங்கிக் கல். தரையிலிருந்து சுமார் நான்கு அல்லது ஐந்தடி உயரத்தில் கிடைவசக்கல் பொருத்தப் பட்டிருக்கும். போக்குவரத்து வசதியில்லாத காலத்தில் தலைச்சுமையாகப் பொருட்களைக் கொண்டு செல்பவர்கள் பிறர் உதவியின்றி இந்தச் சுமைகளை இறக்கிவைத்து, பின்னர் யாருடைய உதவியுமின்றித் தலையில் ஏற்றிக்கொள்வார்கள். இவ்வாறு இளைப்பாறும் நேரத்தில் சுமையைத் தாங்குவதற்காக உருவான கற்களே சுமைதாங்கிக் கற்கள். வயிற்றுச் சுமை தாங்காமல் இறந்த பெண்ணின் மன ஆறுதலுக்காக, மற்றவர் களின் சுமை பகிர்ந்துகொள்ளுதல் என்னும் மனிதாபிமான நோக்கமே இதற்குப் பின்னிருக்கும் அம்சம்.

மகப்பேற்றின்போது வயிற்றுச்சுமை தாங்காமல், றந்த பெண்களின் நினைவாகவே சுமைதாங்கிக் கற்கள் நடப்படு கின்றன. சாதாரணமாக இவற்றில் கல்வெட்டுகள் இருப்ப தில்லை; விதி விலக்காக ஒன்றிரண்டு கற்களில் இறந்த பெண்ணின் பெயர் பொறிக்கப்பட்டுள்ளது.

ஆணாதிக்கச் சமுதாயத்தில் பெண் ஒரு சுமைதாங்கி என்பதை இந்த ஓர் இடத்தில் மட்டும் சமுதாயம் ஏற்றுக் கொண்டுள்ளது. பழைய தமிழ இலக்கியங்களிலும் கல்வெட்டுக் களிலும் சுமைதாங்கிக் கற்கள் பற்றிய குறிப்புகள் எதுவும் இல்லை. எனவே இந்த வழக்கம் விசயநகர ஆட்சிக் ஆண காலத்திலும் நாயக்கர் ஆட்சிக்காலத்திலும் பெருகியிருப்பதாகத் தெரிகிறது

தொன்மையான சுமைதாங்கிக் கற்கள் இதுவரை கண்டறியப்படவில்லை. சுமை தாங்கிக் கற்கள் பொதுவாக உர் எல்லையும் நெடுஞ்சாலையும் சந்திக்கும் இடத்தில் நிழல்தரும் மரத்தடிகளில் அமைக்கப்படுகின்றன.

சுமைதாங்கிக் கற்களின் வடிவத்தைப் பொறுத்தமட்டில் கிடைவசத்தில் அமைக்கப்பட்ட கற்பலகையே இறந்த பெண்ணின நினைவிற்குரியதாகும். அதனைத் தாங்க நிறுத்தப்பட்ட இரண்டு கற்களும் மகப்பேற்று உதவியாளர்களைக் குறிக்கும் இந்தியா முழுவதும் மகப்பேற்றுச் சிற்பங்களில் இரண்டு பெண் உதவியாளர்கள் காட்டப்பெறுவது ஒரு மரபாகவே இருந்து வருகிறது நாட்டார் மரபில் இந்தப் பெண் உதவியாளர்களைத் 'தொட்டுப் பிடித்தவர்கள்' என்பர்.

கிராமப்புறங்களில் ஓரளவு பொருள வசதியுடைய குடும்பத்தவரே இந்தச் சுமைதாங்கிகளை நிறுவியுள்ளனர் பொதுவாக மகப்பேற்றின் போதும் சுமங்கலியாகவும் இறந்த பெண்களை மாலையம்மன், வாழவந்தாள், சேலைக்காரி ஆகிய பெயர்களில் வணங்குவது தமிழக நாட்டார் மரபாகும். பொருள் வசதி குறைந்த வீட்டில் மாலையம்மனுக்கு நினைவுநாளில் படைத்த புதுச் சேலையினை ஓலைப்பெட்டி யில் வைத்து உத்திரத்தில் கட்டித் தொங்கவிட்டிருப்பார்கள். மறுஆண்டு நினைவு நாளில்தான் அந்தச் சேலையினை மற்றவர் எடுத்து உடுத்துவர்.

மகப்பேற்றில் இறந்த பெண்களைப்போல கன்னியாக இறந்த பெண்களும் வழிபாட்டுக்கு உரியவர்களாகக் கருதப் பட்டார்கள். அவர்கள் நினைவுக்குச் சேலை படைப்பதில்லை. ‘கன்னிச்சிற்றாடை’ மட்டுமே படைப்பர். இன்றளவிலும் கிராமப் புறத்துத் துணிக்கடைகளில் கன்னிச் சிற்றாடைகள் விற்பனைக்கு உள்ளன.

விசயநகர மன்னர் ஆட்சிக்காலம் தொடங்கி தமிழ் மக்களின் உணவு, உடை, சடங்குகள், திருவிழாக்கள் ஆகியவற்றில் பல மாற்றங்கள் நிகழ்ந்துள்ளன. மகப்பேற்றில் இறந்த பெண்ணின் நினைவாகச் சுமைதாங்கிக்கல் அமைக்கும் வழக்கமும் அக்காலத்தில்தான் தோன்றியிருக்க வேண்டும். இதுவன்றித் தமிழகப் பண்பாட்டு வரலாற்றில் சுமைதாங்கிக்கல் பற்றிய குறிப்புகள் எவையும் இல்லை.

சந்திப்பு: எஸ். கார்த்திகேயன்.
புதிய தலைமுறை, 19 ஜனவரி 2012

கோலம்

கோலம் என்னும் வரைகலை வெளிப்பாடு தமிழர் வாழ்வியலோடு பின்னிப் பிணைந்ததாகும்.

கோலம் என்னும் சொல், சங்க இலக்கியத்திலேயே மிகப் பிற்பட்ட நூலான பரிபாடலில்தான் முதன் முதலாகத் திருமாலின் வராக அவதாரத்தைக் குறிக்க “கேழல் திகழ்வரக் கோலமொடு பெயரிய என்னும் தொடராகக் காணப்படுகிறது. பெருங் காப்பியமான சிலப்பதிகாரத்தில் இத்தொடர் பயின்று வருகிறது. ‘மாதவி தன் கோலம் தவிர்த் திருந்தாள்’, ‘மணமகளைப் போல யாழ் கோலம் செய்யப்பட்டிருந்தது’, ‘மாதவி எழுதுவரிக்கோலம் என்ற ஆட்டத்திற்காகக் கோலம் செய்திருந்தாள்’, ‘பழங்குடிமக்கள் குமரிப் பெண்ணைத் தெய்வக் கோலம் செய்திருந்தனர்.’ இவையே சிலப்பதிகாரத்தில் கோலம் என்னும் சொல் வரும் இடங்களாகும்.

ஆடு மகளுக்கும் மணமகளுக்கும் இன கருவிக்கும் செய்யப் பட்ட ஒப்பனைகளையே அதாவது கலை வெளிப்பாடுகளையே சிலப்பதிகாரம் கோலம் என்றது.

இன்று கோலம் என்பது அரிசி மாவினாலும் சுண்ணாம்புப் பொடியினாலும் பல வண்ணப்பொடிகளாலும் தரையில் இடப்படும் கோலத்தைக் குறித்து நிற்கின்றது. தரையில் இடப்படும் கோலம், வீட்டின் தலைவாயிலிலும் வீட்டிற்குள் தெய்வ வழிபாடு நிகழ்த்தப்படும் இடத்திலும் கோயில்களிலும் இடப்படுகின்றது. எனவே கோலம் என்பது அழகுணர்ச்சி சார்ந்த வரைகலை வெளிப்பாடாக மட்டுமின்றிப் புனிதத் தன்மை அல்லது சடங்கியல் தன்மையுடையதாகவும் விளங்கு கின்றது என்பதை உணரலாம்.

தொல்பழங்குடி மக்களின் நம்பிக்கைகளில் ஒன்று தரையைப் புனிதப்படுத்துவதாகும். தூய்மைப்படுத்தப்படாத தரை தெய்வங்கள் காலூன்றி நிற்பதற்கு ஏற்றதன்று தெய்வங்களும் வானவர்களும் பூமிக்கு (மண்ணுலகிற்கு) வரும்போது தரையினை மிதிப்பதில்லை அவதாரமான இராமனும்

கிருஷ்ணனும் மட்டுமே வெறுங்காலால் பூமியை மிதித்தவர்களாவர்.

மேலொரு பொருளுமில்லா மெய்ப்பொருள் வில்லும் தாங்கி

கால் தரை தோய வந்து கட்புலக குற்றதம்மா

என்பது கம்பராமாயணம். இதன் பொருள் பொதுவாகத் தெய்வங்களின் கால்கள் தரைதோய வருவதில்லை என்பதாகும். தெய்வங்கள் வானுலகத்திலோ அல்லது மண்ணுலகத்தின் மரங்களிலோதான் வாழும். தரையில் மனிதர்களைப்போல வாழ்வதில்லை. தன் விருப்பத்திற்கும் தேவைக்குமேற்ப, மண்ணிற்கு வரும் தெய்வங்களுக்கு மனிதன் 'புனித இடங்களை உருவாக்குகிறான். தெய்வச் சிலைகள் அனைத்தும் கவிழ்ந்த தாமரையின் மீதே (பத்மபீடத்தின் மீதே) அமைக்கப்படுவதன் காரணமும் இதுதான். நாட்டார் வழிபாட்டு மரபிலும் தெய்வத்தின் கால்கள் தரையிலே பதியக்கூடாது என்பதற்காக 'பூடங்கள்' (பீடங்கள்) அமைத்துள்ளனர். பீடங்களின் உச்சிப் பகுதியில் கவிழ்ந்த தாமரை போன்ற வடிவம் காட்டப்பட்டிருப் பதனைக் கூர்ந்து கவனித்தால் இதை அறிந்துகொள்ளலாம்.

படங்களோ சிலைகளோ வீட்டுப் புழக்கத்தில் இல்லாத காலத்தில் வீட்டிற்குள் தெய்வத்தை, திருநிலைகொள்ள வைப்பதற்குக் குத்துவிளக்கு மட்டுமே இருந்தது. குத்து விளக்கும்கூட மனைப்பலகை அல்லது மண்ணால் செய்த சிறுபீடம் அல்லது கோலத்தின் மீதுதான் வைக்கப்படுகிறது. வெளியிலும் குத்து விளக்கு இல்லாத நிலையிலும் வீட்டிற் குள்ளும் தெய்வ வழிபாடு நிகழ்த்தப்படுவதுண்டு. அப்போ தெல்லாம் அந்த இடங்களில் கோலங்கள் இடப்படுகின்றன. செம்மண் அல்லது பசுஞ் சாணத்தால் ஆன பிள்ளையாரும் கோலத்தின் பகுதியில்தான் வைக்கப்படுகின்றது.

கோலம் இடப்படும் முன் தரைப்பகுதி தண்ணீராலோ சாணத்தாலோ தூய்மை செய்யப்படுகின்றது. இதன் மீதே கோலங்கள் இடப்படுகின்றன. இன்றளவும் தலைவாசல் கோலமும் தரையில் தண்ணீர் தெளித்த பின்னரே இடப்படுகின்றது. கோலம் இடப்பட்ட இடங்களையே சங்க இலக்கியங்கள் 'களம்' எனக் குறிப்பிடுகின்றன. குறிப்பாக முருகப்பூசாரி வெறியாடுமிடங்கள் களமாக அமைகின்றன.

இக்களத்தின் மீதே வேலனாகிய முருகப்பூசாரி நின்று ஆடுகின்றான். கேரளத்தில் இம்மரபு இன்றும் உயிரோடுள்ளது. இதற்குக் 'களமெழுதுதல்' அல்லது 'களமெழுத்து' என்று பெயர்.

'களமெழுத்து' என்பது தூய்மை செய்யப்பட்ட இடத்தில் வரையப்பட்ட கோலத்தையே குறிக்கின்றது. சாப்பந்துள்ளல் போன்ற வழிபாட்டு நடனங்கள் பல வண்ணப்பொடிகளால் வரையப்பட்ட களத்தின் மீதே நடத்தப்பெறுகின்றன. "வேலன் தைஇய வெறி அயர் களனும்" என்று திருமுருகாற்றுப்படை, முருகப்பூசாரி வேலன் ஆடும் களத்தைக் குறிப்பிடுகின்றது

இலக்கியங்கள் குறிப்பிடும் 'களன் இழைத்தல்' என்ற சொல் தமிழ்நாட்டில் இன்று மறைந்து போய்விட்டது அதற்கு மாற்றாகவே அழகுபடுத்துதல், ஒப்பனை செய்தல் என்ற பொருளுடைய கோலம் என்ற சொல் புழக்கத்தில் வந்துள்ளது. 'தலைவாசல் கோலம்' என்பது மேலிருந்து இறங்கும் தெய்வம் மண்ணில் கால் பதிப்பதற்கு இடப்பட்ட முதல் களமாகும். வீட்டிற்குள் இடப்படும் கோலம் தெய்வத்தைத் திருநிலைப் படுத்தச் செய்யப்பட்ட இடமாகும்.

கோலம் என்பது ஏன் பெண்களுக்கு மட்டுமே உரிய கலை, சடங்கியல் வெளிப்பாடாக அமைகின்றது என்பது எஞ்சி நிற்கும் கேள்வியாகும். மனிதகுல வரலாற்றில் தொடக்க காலத்தில் பெண்களே பூசாரிகளாக இருந்துள்ளனர் என்பது மானிடவியல் காட்டும் உண்மையாகும். சங்க இலக்கியங்களில் முருகனுக்கு வேலனைப் போலவே புலைத்தியும் பூசாரியாக இருந்துள்ள செய்தி காணப்படுகின்றது. அதனால்தான் இன்னமும் தெய்வத்தின் ஆற்றலைத் தன் உடலில் இறக்கியாடும் சாமி யாட்டம் பெண்களுக்கு விலக்கப்பட்டதாக அமையவில்லை.

கோலம் என்னும் வரைகலையின் தோற்றம் பெண் களைச் சார்ந்தது என்பதையே மனிதகுல வரலாறு நமக்கு உணர்த்து கின்றது. கோலம் வரைதல் ஒரு கடமையாகவும் உரிமையாகவும் பெண்களுக்கு அமைந்தது இப்படித்தான். எனவேதான் வறுமைப்பட்ட குடும்பங்களில் கூட கோல மிடுவதற்கு ஒருபிடிச் சுண்ணாம்புப் பொடி இன்னமும் இருக்கின்றது.

புதுவிசை

மாலை

மலர்களுக்கும் மனிதர்களுக்கும் உள்ள உறவு பிரிக்க முடியாதது. அதுவும் தமிழ்நாட்டைப் போன்ற வெப்ப மண்டலப் பகுதிகளில் பயிர் உலகத்துடன் ஆன இந்த உறவு விரிவான தாகவும் ஆழமானதாகவும் அமைந்துவிடுகின்றது.

அரும்பு, மொட்டு, பூ, மலர் என்பவை மலரின் பருவத்தைக் குறிக்கும் தமிழ்ச் சொற்களாகும். இவற்றோடு 'பூ(வி)ரி' (தென்னம்பூரி), மடல் என்ற சொற்களும் இங்கே நினைக்கத் தகுந்தவை. இணர், தாது, பொகுட்டு, அல்லி, புல்லி, தோடு, மடல் என்பவை பூவின் உறுப்புகளைக் குறிக்கும் பெயர்களாகும். பூ வகைகளாக நீர்ப்பூ, நிலப்பூ, பொடிப்பூ, கோட்டுப்பூ (கொம்பிலே பூப்பது) என்பன பழைய பெயர்ப் பகுப்பு முறையாகும். விதிவிலக்காக, ஊமத்தை அன்றி எல்லா வகைப் பூக்களும் அழகுணர்ச்சி, மருத்துவப் பயன், உணவுப் பயன், சடங்கியல் மதிப்பு ஆகியவற்றைக் கருத்தில் கொண்டு தமிழர்களால் பயன்படுத்தப்படுகின்றன.

பூத்தொடுப்பது அல்லது கட்டுவது என்பது தமிழ் நாட்டில் கலையாகவும் தொழிலாகவும் மதிக்கப்பட்டு வருகின்றது. இதனைத் தொழிலாகக் கொண்ட சாதியார் தமிழகத்தில் 'பண்டாரம்' என்றும், கேரளத்தில் 'வாரியார்' என்றும் அழைக்கப்படுகின்றனர். கண்ணி, தொடரி, பிணையல், மாலை, ஆரம், தார் என்பன கட்டப்பட்ட மலர்களைக் குறிக்கும். பூக்களும் கட்டப்பட்ட பூக்களும், அரசர்களிடத்திலும் சமய எல்லைக்குள்ளும் அடையாளமாகவும் பயன்படுத்தப்பட்டு வந்துள்ளன. சேரருக்குப் பனம்பூ மாலை, சோழருக்கு ஆத்தி மாலை, பாண்டியருக்கு வேப்பமாலை ஆகியவை உரியன என்று தமிழிலக்கியங்கள் குறிப்பிடுகின்றன தமிழ்ச் சமய இலக்கியத்தில் 'மகிழ மாலை நம்மாழ்வாருக்கு உரிய அடையாளமாகக் கருதப்படுகிறது இவையன்றி வழிபடு தெய்வங்களும் ஒவ்வொரு பூவோடும் மாலையோடும் சேர்த்தே அடையாளம் காட்டப்படுகின்றன ஆத்தி, கொன்றை,

பொன்னரளி, நந்தியாவட்டை ஆகிய பூக்கள் சிவபெருமானோடு சேர்த்துப் பேசப்படுகின்றன. ஆனால், பக்தி இலக்கியங்கள் காட்டும் குறிப்பின்படி ஒருகாலத்தில் சிவபெருமானுக்கு இணைடைப்பூவும் வன்னிப்பூவும் ஊமை ஊமத்தம்பூவும் கூடச் சூட்டப்பட்டன என்று தெரிகிறது. முருகன் என்னும் தெய்வம் கடப்பம் பூவோடு தொடர்புடையவனாகப் பேசப்படுகிறான். போரிலே வெற்றி பெற்ற பின்னர் அரசன் தன் வீரர்களுக்குப் பொன்னாலான சிறு தாமரை மலரைப் பரிசாக அளித்த செய்தி சங்க இலக்கியத்தில் காணப்படுகிறது. இந்தப் பரிசளிப்பு விழாவினைப் 'பூக்கோள்' என்று சங்க இலக்கியம் குறிப்பிடுகின்றது.

பூக்களால் கட்டப்பட்ட மாலைகளில் பல்வேறு வகையான வேறுபாடுகளை நாம் உணர முடிகிறது. நெருக்கமாகக் கட்டப்பட்ட பூமாலைக்குப் 'பிணையல்' என்று பெயர். சற்றே இடைவெளியுடன் கட்டப்பட்ட மாலைகளுக்குக் 'கண்ணி' என்று பெயர். கண்ணி என்பது இரண்டிரண்டு பூக்களால் கோர்க்கப்பட்ட மாலையாகும். கண்ணியைவிடச் சற்றே நெருக்கமாகக் கட்டப்பட்டது 'சரம்' ஆகும். தொடுக்கப்பட்ட பூச்சரத்திற்குத் தொடையல் என்று பெயர் மனைகளிலும் மண்டபங்களிலும் அழகுக்காகத் தொங்கவிடும் மாலைகளுக்குத் தொங்கல்' என்று பெயர். தமிழர் வாழ்வியற் சடங்குகளின் போது அழகும் நம்பிக்கையும் கலந்த வகையில் பல்வேறு வகையான மாலைகள் இடம்பெறுகின்றன. சில நேரங்களில் பூக்களில்லாத மாலையும் சடங்கியல் தகுதி பெறுகின்றன. எருமைத் தலை அரக்கனை அழிக்கக் கிளம்பும் தாய்த் தெய்வத்திற்கு வெற்றிலை மாலையும், எலுமிச்சம் பழ மாலையும் அணிவிக்கப்பெறுகின்றன (பெண்கள் அணியும் தங்கத்திலான காசுமாலையும் இவ்வகையில்தான் சேர்த்தி; கேலி உணர்வோடு அணிவிக்கப்பெறும் முறுக்குமாலை, பழமாலை ஆகியவற்றையும் இப்படியே கருத வேண்டும்.)

இவையன்றி மணமாலை, நீர் மாலை, பிணமாலை ஆகியவையும் தமிழர் வாழ்வில் இடம்பெற்றுள்ள மாலை களாகும். பெண்ணைப் பூவாகக் கருதுவதும், பெண்ணின் உடல் மலர்ச்சியைப் 'பூப்பு' என்ற சொல்லால் குறிப்பிடுவதும், பெண்

தெய்வங்களுக்குப் 'பூச்சொரிதல்' என்ற விழா நடத்துவதும் தமிழர் பண்பாட்டின் மற்றொரு கூறாகும்.

'மணமாலை' என்பது மணத்துக்குரிய ஆணும் பெண்ணும் தங்களின் இசைவினை மாலை மாற்றுவதனால் அடையாளப் படுத்துதலைக் குறிக்கும். நகரத்தார் சாதியிலும், வேறு சில சாதிகளிலும் தங்களின் குலதெய்வக் கோயிலில் சார்த்திக் களைந்த மாலைகளையே திருமண நாளில் மணமக்கள் மாற்றிக் கொள்ளுகிறார்கள். 'நீர் மாலை' என்பது பெற்றோருக்குப் பிள்ளைகள் செய்யும் நீர்ச்சடங்கினைக் குறிக்கும் சொல்லாகும். இறந்தவரைக் குளிர்ப்பாட்ட நீர்க்கரகம் ஏந்தி வரும் பிள்ளைகள் அதனை மாலையுடன்தான் கொண்டு வருவர். 'நீர்மாலை' என்ற சொல்லுக்கு நீரும் மாலையும் என்பதே பொருளாகும். திருவிழாக்களில் இறைவன் அல்லது இறைவியின் அருளாற்றலை ஏந்திவரும் சாமியாடியும் கோயில் மாலையினையே அணிந்து வருகிறார். எனவே, மாலை என்பது முந்திய தலைமுறையின ரோடான உறவுக்கும், புதிய உறவுக்கும், தெய்வங்களோடு கூடிய உறவுக்கும் குறியீட்டு அடையாளமாகவே தமிழர்களால் கருதப்பட்டு வந்தது என்பதனை உணரலாம்,

மணம் முடித்த பின் இளவயதில் மங்கலப் பெண்ணாக மறைந்துபோன தங்கள் குடும்பத்துப் பெண்களைத் திருநிலைப் படுத்தித் தெய்வமாக்குகின்றபோது அதற்கு 'மாலையம்மன்' என்ற பெயரையே தமிழர்கள் இட்டு வழங்கிவருவதும் நினைக்கத் தகுந்ததாகும். விதிவிலக்கான ஒரு செய்தியையும் இவ்விடத்தில் குறிப்பிட வேண்டும். குழந்தை பிறக்கும்போது தாயின் கருப்பையிலுள்ள நஞ்சுக்கொடி குழந்தையின் கழுத்தைச் சுற்றியபடி பிறந்தால் அக் குழந்தைக்கு மாலை, மாலைசூடி, மாலையப்பன் என்று பெயரிடும் மரபும் தமிழ்நாட்டில் வழக்கத்தில் இருந்து வருகிறது. அத்துடன் மாலைசூடிப் பிறந்த குழந்தை தாய்மாமனுக்கு ஆகாது என்ற நம்பிக்கையும் உள்ளது,

நீராட்டும் ஆறாட்டும்

வெப்ப மண்டல உயிரினங்கள் நீராடுவதில் பெரு விருப்பம் உடையன. தமிழ்நாடு வெப்ப மண்டலத்தின் பகுதியாகும். எனவே, தமிழர்களும் நீராடுவதில் வேட்கையுடையவர்கள். சுனையிலும் அருவியிலும் ஆற்றிலும் கடலிலும் நீராடலைத் தமிழ் இலக்கியங்கள் பலபடப் பேசுகின்றன.

நீராடல் வேறு, நீர் விளையாட்டு வேறு. ஆட்டனத்தி காவிரியில் நீர் விளையாடும்போது நீரோடு அடித்துச் செல்லப்பட அவன் மனைவி ஆதிமந்தி அவனைத் தேடிக் கண்டடைந்த கதையினைச் சிலப்பதிகாரம் பேசுகின்றது. அருவி நீர் அடித்துச் செல்லும் பெண்ணை இளைஞன் ஒருவன் காப்பாற்ற அவர்கள் இருவரும் காதலர்கள் ஆகின்றனர். இதனைப் 'புனல்தரு புணர்ச்சி' என்று அகப்பொருள் இலக்கியம் ஓர் உத்தியாகவே பேசுகின்றது.

'குளித்தல்' என்ற சொல்லையே நீராடு வதைக் குறிக்க இன்று தமிழர்கள் பயன்படுத்தி வருகின்றனர். இது பொருட்பிழையான சொல்லாகும். குளித்தல் என்ற சொல்லுக்கு உடம்பினைத் தூய்மை செய்தல் அல்லது அழுக்கு நீக்குதல் என்பதல்ல பொருள்; சூரிய வெப்பத்தாலும் உடல் உழைப்பாலும் வெப்ப மடைந்த உடலைக் குளிர வைத்தல்' என்பதே அதன் பொருளாகும். 'குளிர்த்தல்' என்ற சால்லையே நாம் குளித்தல் எனத் தவறாகப் பயன்படுத்துகிறோம். 'குள்ளக் குளிரக் குடை ந்து நீராடி என்கிறார் ஆண்டாள். அச்சிடப்பட்ட தமிழ் இலக்கியம் முழுவதிலும் இச்சொல்லை நாம் தவறாகவே பயன்படுத்தி வந்துள்ளோம். தமிழகத்தில் பெரும்பாலான உழைப்புச் சாதியார் மாலை அல்லது முன்னிரவு நேரத்தில் குளிக்கும் வழக்க முடையவர் ஆவர். மாடு மேய்த்து மாலையில் திரும்பும் கண்ணனை அவன் தாய் யசோதை 'நீராட்டமைத்து வைத்தேன். ஆடி அமுது செய்' என்றழைப்பதாகப் பெரியாழ்வார் பாடுகின்றார்.

ஆரிய நாகரிகத்தில் நெருப்புப் போன்று திராவிட நாகரிகத்தில் நீரும் நீராடலும் சடங்கியல் தகுதி உடையன. மணமகளை அலரிப்பூவும் நெல்லும் இட்ட நீரால் மகப்பேறுடைய பெண்கள் நால்வர் நீராட்டும் வழக்கத்தினை அகநானூறு (86) குறிப்பிடுகின்றது. பெண்ணின் பூப்பு நீராட்டு, அரசர்களின் வெற்றி நீராட்டு (விஜயாபிஷேகம்), இறந்தார்க்கு ஊரறிய 'நீர் மாலை' எடுத்து வந்து நீராட்டுதல் என்பன வெல்லாம் தமிழரின் வாழ்வியல் அசைவுகளாகும். தென் மாவட்டங்களில் புதுமணமக்கள் மலையாடுதல் அல்லது கடலாடுதல் என்பது ஒரு சடங்காகப் பின்பற்றப்படுகிறது.

குளிக்கும்போது தமிழர்கள் பயன்படுத்திய சவுக்காரம் (சோப்) ஏதேனும் உண்டோ என்ற கேள்வி எழுகின்றது. 'நுணுக்கிய மஞ்சளால்' குழந்தைகளைத் தேய்த்துக் குளிர்ப்பாட்டி குழந்தையின் நாக்கினையும் வழிக்கும் செய்தியை பெரியாழ்வார் குறிப்பிடுகின்றார். ஆடுமகள் மாதவி குளித்த முறையினை இளங்கோவடிகள்,

பத்துத் துவரினும் ஐந்து விரையினும்
முப்பத் திருவகை ஓமா லிகையினும்
ஊறிய நன்னீர் உரைத்த நெய்வாசம்
நாறிருங் கூந்தல் நலம்பெற ஆட்டி

என நுட்பமாகக் குறிப்பிட்டுச் செல்கிறார். இந்த மூவகை பாடலை உரையாசிரியரே விளக்குகின்றார்.

பூவந்தி, திரிபலை, கருங்காலி, நாவல் முதலிய பத்துத் துவர்ப்புப் பொருள்களை ஊறவைத்த நீர் ஆடுமகளின் தோல் வனப்புக்காக; கோட்டம், அகில், சந்தனம், முதலிய மணப் பொருள்கள் உடல் நறுமணத்திற்காக; இலவங்கம், கச்சோலம், இலாமிச்சம், தான்றி, புன்னைத்தாது போன்ற முப்பத்திரண்டு வகை மூலிகைகள் ஊறிய நீர் நோயற்ற உடல்நலத்துக்காக.

தமிழர்களின் மருத்துவ அறிவினைக் காட்டும் இலக்கியப் பகுதி இது. ஆனாலும், பெரும்பாலும் பெண்கள் மஞ்சள் மட்டும் தேய்த்துக் குளி(ர்)ப்பதனையே வழக்கமாகக் கொண்டிருந்தனா நாட்டார் பாடல் ஒன்று, மதுரை மீனாட்சி,

நாழி நறுக்கு மஞ்சள நன்னாழிப் பச்சை மஞ்சள்

அரைச்சு வழிச்சாளாம் மீனாள் அஞுசுவகைக் கிண்ணத்திலே

தேய்ச்சுக் குளிச்சாளாம் – மீனாள் தெப்பமெல்லாம் பூமணக்க

என்று அழகுணர்ச்சியுடன் தகவல் தருகின்றது.

கிருமிக் கொல்லியாக அறியப்பட்ட மஞ்சளும் வேப்பிலையும் தமிழர்களால் பெரிதும் பயன்படுத்தப்பட்டுள்ளன. பூப்பு நீராட்டு விழாவினை 'மஞ்சள் நீராட்டு' என்று குறிப்பிடுவது வழக்கமாக உள்ளது. அம்மை நோய் கண்டு மீண்டவர்களை, முதற்குளியலில் மஞ்சளையும் வேப்பிலையையும் அரைத்த கலவையினையே தேய்த்துக் குளி(ர்)ப்பாட்டுகின்றனர். பத்திருபது நாட்கள் குளி(ர்)க்காத அந்த உடலில் எழுகின்ற நாற்றம் இந்தக் கலவையால் நீக்கப்படுகின்றது. அத்துடன் மென்மையான அழுக்கு நீக்கியான பாசிப் பயற்றுப் பொடியினையும் பயன்படுத்துகின்றனர்.

நீண்ட தலைமுடி உலர வேண்டும் என்பதற்காகத் தமிழ்ந ாட்டுப் பெண்கள் நாள்தோறும் தலை நீராடுவதில்லை. சில நாட்களில் கழுத்தளவில் ஆன 'அரைக் குளியலை' மேற் கொள்கின்றனர். தலை நீராடுவதனை யாழ்ப்பாணத்தார் 'தோய்ந்து வந்தேன்' என்ற பழந்தமிழ்ச் சொல்லால் வெளிப் படுத்துகின்றனர்.

குழந்தைகளுக்குத் தேய்க்கும் எண்ணெயினை அழகான சிறிய வெண்கலக் கிண்ணங்களில் ஊற்றி வைப்பர். இதற்கு 'வால்கிண்ணம்' என்று பெயர். எண்ணெய் தேய்த்துக் குளி(ர்)க்கும்போது புளியம்பழம், பீர்க்கங்காய் ஆகியவற்றின் கோதுகளைக் (நார்க்கூடுகளை) கொண்டு உடல் தேய்க்கும் வழக்கம் அண்மைக்காலம் வரை வழக்கிலிருந்தது. ஆண்கள் பெரும்பாலும் சிகைக்காய்த் துகளையே தேய்த்து வந்துள்ளனர். கொட்டை பூந்திக்காயினை ஊறவைத்து நுரை வரும் பக்குவத்தில் தேய்ப்பதும் உண்டு.

விளையாட்டுப் பிள்ளைகளுக்கு வியர்வையும் உடல் வெப்பமும் ஒரு பொருட்டாவதில்லை. எனவே, குழந்தைகள் குளி(ர்)ப்பதை விரும்புவதில்லை. இளந்தாய்மார்கள் அவர் களோடு மன்றாட வேண்டும். இந்தத் தாய்மனநிலையினைப் பிள்ளைத்

தமிழ் இலக்கியத்தில் 'நீராடற் பருவம்' என்று ஓர் உறுப்பாக்கி வைத்துள்ளனர், தமிழ் இலக்கியவாதிகள்.

நீ பிறந்த திருவோணம்

இன்றுநீ நீராடவேண்டும் எம்பிரான்! ஓடாதே வாராய்

என்று இளந்தாயாகி 'மன்றாடும்' பெரியாழ்வாரின் பாசுரம் ஆணையும் பெண்ணாக்கும் உணர்வு வல்லமை கொண்டதாகும்.

கலவியாடலைச் 'சுனையாடல்' என்ற குறிப்புச் சொல்லால் சுட்டுவது தமிழ் உரையாசிரியர் வழக்கு. கருவுற்ற பெண்ணைக் 'குளியாமல் இருக்கிறாள்' எனக் குறிப்பால் உணர்த்துவது நாட்டார் பேச்சு வழக்கமாகும்.

பழந்தமிழ் மரபில் 'மஞ்சள் நீராட்டு' என்ற சொல் பூப்பு நீராட்டினை மட்டும் குறிப்பதன்று. போர்க்காலம் செல்லும் வீரர்கள் மஞ்சள் நீராட்டு செய்து அல்லது மஞ்சள் உடை உடுத்துச் செல்லுவர். அது இறப்பினை எதிர்கொள்ளும் வீர வுணர்வினையும் தியாக உணர்வினையும் குறிக்கும். இவ்வழக்கத்தின் தொல்லெச்சமாகவே அரக்கனை அழிக்கச் செல்லும் தாய்த் தெய்வத்தின் 'சாமியாடி' (பிரதிநிதி) மஞ்சள் நீராடி மஞ்சள் உடை உடுத்திச் செல்கிறார்.

சைவ, வைணவப் பெருஞ்சமய நெறிகள் கிளர்ந்தெழுந்த போது அவை நாட்டார் மரபின் வலிமையான அடிக் கூறுகளைத் தன்வயமாக்கிக் கொண்டன. அவற்றில் ஒன்று, நீராடல் ஆகும். வெப்ப மண்டல மனிதர்களைப் போலவே அவர்கள் வழிபடும் சிவன், திருமால் ஆகிய தெய்வங்களும் நாள்தோறும் குளி(ர்)க்கின்றன. இதற்குத் 'திருமஞ்சனம் ஆடல்' என்று பெயர். வட இந்தியக் கோயில்களில் திருமேனிகளை நாள்தோறும் திருமஞ்சனம் ஆட்டுவதாகத் தெரியவில்லை. அவை வெப்ப மண்டலத்திற்கு வெளியே இருப்பதே காரண மாகும். மேலும், அவை பெரும்பாலும் சுதையினால் ஆனவை. தமிழ்நாட்டில் மூலத்திருமேனி சுதையில் அமைந்திருந்தால் திருவிழா (உற்சவ)த் திருமேனிக்குத் திருமஞ்சனம் செய்வது வழக்கம்.

கோயில்கள் பெருவளர்ச்சி பெற்ற காலத்தில் கோயில்களில் திருமஞ்சனநீர் எடுத்து வரத் தனிப்பணியாளர்கள் 'மஞ்சனக்காரர்'

என்ற பெயரில் அமர்த்தப்பட்டனர். மதுரைக் கோயிலுக்கருகில் இன்றும் 'மஞ்சனக்காரர் தெரு' அமைந்திருக் கின்றது. தெய்வத் திருமேனிகளை நீராட்டுவதோடு திருமுழுக்கும் செய்வதுண்டு. அதனை வட மொழியில் அபிஷேகம்' என்பர். 'பஞ்ச கௌவியம்' எனப்படும் ஆனைந்து[1] கொண்டு சிவத்திருமேனிகளை முழுக்காட்டுவது மரபு. 'ஆவினுக்கு அருங்கலம் அரன் அஞ்சாடுதல் என்பதோடு 'பால் நெய்யாடுவர் பாலைத் துறையரோ' என்றும் அப்பர் திருமுழுக்காட்டினைக் குறிப்பிடுகின்றார். கையில் கனலேந்திச் சுடலையில் ஆடும் சிவனுக்குத் திருமுழுக்கு உவப்பானது என்பது சைவர்களின் மரபு.

'ஆறாட்டு' (தீர்த்தவாரி) என்ற சொல்லைக் கேட்டவுடன் கேரள மாநிலத்தில் திருச்சூரில் யானை ஊர்வலத்துடன் நடைபெறும் ஆறாட்டுத் திருவிழாவே நினைவுக்கு வரும். தமிழ் நாட்டிலும் குளம், ஆறு, கடல் முதலிய நீரத்துறைகளுக்குத் திருமேனிகளை எடுத்துச் சென்று நீராட்டும் வழக்கம் உள்ளது இந்த ஆறாட்டு பெரும்பாலும் தைப்பூச நாளிலும் மாசி மகத்திலும் நடைபெறுகின்றது. தமிழகத்தின் ஆற்றங்கரைகள் அனைத்திலும் ஒன்றிரண்டு தைப்பூச மண்டபங்கள் அல்லது துறைகள் உள்ளன. அழகர்கோயில் ஐப்பசி மாதத்தில் நடைபெறும் தலையருவித் திருவிழாவில் இறைத்திருமேனியை அருவி நீரில் அமர வைத்து நீராட்டுகின்றனர்.

தமிழக நாட்டார் தெய்வங்களுக்கும் ஆறாட்டு செய்வதுண்டு, நவராத்திரி விழாவில் அரக்கனைக் கொன்றழித்துத் திரும்பி, குருதிப் பலி பெற்ற பின், தாய்த் தெய்வம் கோயிலுக்குள் செல்லும். மறுநாள் அருகிலுள்ள நீர்த்துறைக்குத் தனியாக இடுப்பில் குடத்துடன் சென்று ஆறாடி, கு த்தில் நீர் எடுத்துத் திரும்பும் பெருந்தெய்வக் கோயில்களின் ஆறாட்டு ஆடம்பரம் நிறைந்த விழாவாகும். தாய்த் தெய்வக் கோயில்களில் அது 'சினம் தீர்ந்த' கதையாகும்.

கங்கையாடுதல், இராமேசுவரக் கடலாடுதல் ஆகியவை பாவங்களைப் போக்கும் என்பது வைதீகர்களின் நம்பிக்கை. திராவிட நாகரிகத்தில் அது உடலையும் நினைப்பையும் மறுமுறையும் உயிர்ப்பித்துக்கொள்ளும் நோக்கமுடையதாகும்.

'திருவெண்காட்டு முக்குளத்து நீரில் குளி(ர்)த்தால் தீவினைகள் சேர மாட்டா' என்பது சம்பந்தரின் கருத்தாகும். ஆனால் அப்பரோ,

கங்கை யாடிலென் காவிரி யாடிலென்

பொங்குதண குமரித் துறைபுகுந் தாடிலென்

எங்கும் ஈசன் எனாதவர்க் கில்லையே

என்று அந்த நம்பிக்கைகளை மறுத்துரைக்கிறார். வைதீகத் திற்கும் சைவத்துக்குமான முரண்பாடு இது.

ஒரு காலத்தில் தமிழகம் முழுவதும் பரவியிருந்த சமண மதம் கரைந்து போனதற்குப் பண்பாட்டளவிலான காரணங்கள் பல உண்டு. அவற்றுள் ஒன்று, கடுந்துறவு நெறியினை மேற்கொண்ட சமணத் (திகம்பரத்) துறவிகள் நீராடுவதில்லை என்பதும் ஆகும்.

உணவும் குறியீடுகளும்

தண்ணீரும் உணவும் மனித உடலை வளர்ப்பன. உணவு என்பது இயற்கையும் செயற்கையும் ஆகிய பொருட்களால் ஆனது. மனிதகுலத்தில் மக்கள் இனங்கள் ஒவ்வொன்றுக்கும் தனித்தனியே உணவு நெறிகள் உண்டு. எளிதில் கிடைப்பது, பச்சையாக உண்பது, சமைத்து உண்பது, விதிக்கப்பட்டவற்றை உண்பது, விதிக்கப்பட்ட நேரத்தில் உண்பது, விதிக்கப்பட்ட முறையில் உண்பது, விதிக்கப்பட்ட சடங்கியல் அசைவுகளோடு உண்பது என மக்கள் திரள்களின் உணவுப் பழக்கவழக்கங்களைப் பல்வேறு வகையில் அணுகலாம். இதற்கு எதிர்நிலையாக விலக்கப்பட்ட முறை, உணவு, காலம், அளவு, பொருட்கள் என்றும் மனிதர்களின் உணவுப் பழக்கவழக்கங்களைப் பகுத்துக் காண முடியும்.

கருவுற்ற பெண்ணைத் தாய் வீட்டிற்கு அழைத்துச் செல்லும்போது சுற்றியுள்ளவர்களுக்குப் பழம் கொடுப்பது தமிழ் மக்களின் வழக்கமாகும். நெல்லை மாவட்டத்தில் இச் சடங்கிற்குப் 'பழம் போடுதல்' என்றே பெயர். இங்கே பழம் என்பது பிறக்கப் போகும் குழந்தையின் முழுமையான வளர்ச்சியைக் குறிக்கும் குறியீடாகும்.

கீரை வகைகள் மனித உணவின் ஒரு பகுதியானாலும் எல்லாக் காலத்திலும் அவை காய்கனிகளைவிட மலிவாகக் கிடைப்பனவாகும். கீரை வளர்ப்பு என்பது ஒரு காலத்தில் வேளாண்மையின் ஒரு பகுதியாகக் கருதப்படவில்லை. காட்டுப் போக்கில் தானே முளைத்துக் கிடக்கும் கீரை வகைகளையே மக்கள் பெரும்பாலும் உணவிற்குப் பயன் படுத்தியுள்ளனர். உணவின்றி வாடிய மக்களின் கடைசி உணவாகக் கீரை அமைகின்றது. அதாவது கீரை ஏழ்மையின் சின்னமாக அமைகின்றது. வறுமைப்பட்ட மக்களே கீரையினை உணவாகக் கொண்டனர் என்பதனைச் சங்க இலக்கியம் இரண்டு இடங்களில் குறிப்பிடுகின்றது. எனவேதான், இன்றளவும் கோயில்களில் கீரை தெய்வங் களுக்கு உணவாகப் படைக்கப்படுவதில்லை.

ஏனென்றால் தெய்வங்கள் ஏழ்மையானவை அல்ல; எல்லாச் செல்வங் களையும் மக்களுக்கு அருளுவனவாகும்.

தரைக்குக் கீழாக விளையும் கிழங்கு வகைகள் வள்ளி, உள்ளி (வெங்காயம்), பூண்டு போன்றவற்றை ஆசாரப் பார்ப்பனர்கள் இன்றளவும் உண்பதில்லை. எனவே, பெருந்தெய்வக் கோயில் களில் அவை அனுமதிக்கப்படுவதில்லை. அவை 'பிறப்பினால் கீழ்ப்பட்டவை' என்ற பார்ப்பனக் கருத்தியலே அதன் குறியீடாகும்.

பயறு வகைகள் பனிக்காலத்தில் புன்செய் மண்ணில் விளை பவையாகும். அவற்றை நுகரும் மக்களாலும் அவை இறப்பின் அல்லது இழப்பின் குறியீடாகவே கருதப்படுகின்றன. 'பயறு அவித்தல்' என்ற சொல்லாட்சி தென் மாவட்டங்களில் இழப்பினைக் குறிப்பதாகும்.

குறிப்பிட்ட பறவை அல்லது விலங்கினைக் குலக்குறிச் சின்னமாக உடைய மக்கள் அவற்றின் இறைச்சியை உண்ணுவ தில்லை. அது குலமுதல்வரைக் கொன்று உண்ணுவதாகும் என்ற நம்பிக்கையே இதன் அடிப்படை. பெரும்பாலும் தெய்வத்திற்குப் பலியிடும் பறவைகள் அல்லது விலங்குகள் ஆணாக இருக்க வேண்டும் என்பது எழுதப்படாத நியதியாகும். பெண் உயிரி விலக்கப்பட்டது என்பதே இதன் குறியீடாகும்.

உண்டு முடித்தபின் உண்ணும் 'தாம்பூலம்' (வெற்றிலை, பாக்கு) மகிழ்ச்சியின் குறியீடாகும். இறந்தவர்களின் வாயில், வெற்றிலை, பாக்கு வைத்து அனுப்புதல் அவர்கள் மகிழ்ச்சியாக மறுஉலகப் பயணம் செய்கிறார்கள் என்பதன் குறியீடாகும்.

பழைய இனக்குழுக்களின் நம்பிக்கைகள் செறிந்து முற்றுகிற போது அவை குறியீடுகள் களாக வளர்ந்து நிலை பெற்றுவிடும். இந்தக் குறியீடுகளில் பிற்காலத்தில் அதிகாரம் குறுக்கு வெட்டாகப் பாய்ந்து இவற்றை ஊதிப் பெருக்க வைக்கும். எடுத்துக்காட்டாக, வைதீகச் சார்புக்கு ஆட்பட்ட மக்கள் புலால் உணவை உண்ட கலத்தில் இலையில் மோர்ச்சோறு உண்ண மாட்டார்கள்.

ஆனால், குறியீடுகள் அனைத்தும் இனக்குழுச் சமூகங்களில் அதிகாரச் சார்பின்றிப் பிறந்தவை என்பதே மனிதகுல வரலாறு காட்டும் உண்மையாகும்.

பண்பாட்டின் வாழ்வியல்

நகர நாகரிகம், மேட்டி மையின் அடையாளம் என்பன வற்றில் ஒன்றாக இன்று நாடு முழுவதும் கற்காரை (கான்கிரீட்) வீடுகள் உருவாகி வருகின்றன. 'தனி வீடு' என்னும் உணர்வு, வெறியாக மாறி எல்லாரையும் பிடித்து ஆட்டுவது உலக வங்கியின் வழியாகப் பன்னாட்டு மூலதனம் குறைந்த வட்டி என்னும் தூண்டிலைப் போட்டு 'வீடு கட்டக் கடன்' என்னும் பெயரில் ஏழை நாடுகளைச் சுரண்டி வருகிறது.

காலனிய ஆட்சியின் தொடக்கப் பகுதி யில் தமிழ் நாட்டில் தொண்ணூறு விழுக்காடு மக்கள் பனை, தென்னை, புல்வகைகள் வேய்ந்த கூரை வீடுகளில் வாழ்ந்தனர். இவ்வீடுகளின் சுவர்கள், குடிசைகளாக இருந்தால் செங்கல் இல்லாத மண்ணாலும், சற்றே பெரிய இரண்டு அறை வீடுகள் சுடப்படாத செங்கற்களாலும், அதைவிடப் பெரிய வீடுகள் சுட்ட செங்கற்களாலும் கட்டப் பட்டவையாக அமைந்திருந்தன. இந்தத் தொழில்நுட்பம் வெப்ப மண்டலப் பகுதியிலுள்ள எல்லா நாடுகளுக்கும் பொருந்தும், இந்த வீடுகளைப் பற்றி, நாம் சொல்லக்கூடிய ஒரே குறைபாடு அவை கழிவறை வசதி இல்லாதவை என்பதுதான் 'கழிவறை' என்ற கோட்பாடும் இடவசதியும் வெப்பமண்டலப் பகுதியான தமிழ்நாட்டில் அக்காலத்தில் இல்லை, (எனவே மலம் அள்ளும் சாதியாரும் தமிழ்நாட்டில் தோன்றவில்லை).

'வீடு' என்ற சொல் தொழிற்களத்திலிருந்து 'விடுபட்டு' நிற்கும் இடத்தைத்தான் முதலில் குறித்தது 'விடுதி என்னும் சொல்லும் அந்தப் பொருளில் வந்ததாகும். பிற்காலத்தில் மேலோர் மரபு 'வீடு' என்பதை மண்ணுலகத்திலிருந்து விடுபட்டுச் சேர்கின்ற 'துறக்கத்தை' (சொர்க்கத்தை குறிப்பதாக இருந்தது. சங்க இலக்கியத்தில் 'வீடு' என்ற சொல்லுக்குப் பதிலாக 'மனை' என்னும் சொல்லே காணப்படுகிறது. ஒரு மனிதன உண்டு, உறங்கி, இனப்பெருக்கம் செய்யும் இந்த இடத்துக்குரியவளை 'மனைவி' என்றனர்.

மலை. காடு, வயல், புலதரை, மணல்வெளி என நிலத்தின் எல்லாப் பகுதிகளிலும் தெய்வங்கள் உறைகின்றன. இவற்றை மனிதன் தொல்லை செய்யக்கூடாது. எனவே வீடு கட்டவிருக்கும் நிலத்தில் முளை அறைந்து, கயிறு கட்டி கயிற்றின் நிழல் வழியாகத் திசைகளைக் குறித்துக்கொள்ள வேண்டும். அந்தந்தத் திசையிலுள்ள தெய்வங்களைக் கண்டறிந்து அவற்றிற்கு வேண்டுவன செய்யவேண்டும். பின்னரே அந்த நிலத்தில் மனிதன் தனக்குரிய இருப்பாக வீடுகட்டத் தொடங்கவேண்டும் என்பது பழந்தமிழர் நம்பிக்கை

நூலறி புலவர் நுண்ணிதிற் கயிறிட்டு

தேஎங் கொண்டு தெய்வம் நோக்கி

பெரும்பெயர் மன்னர்க்கு ஒப்பமனை வகுத்து

என்கிறது நெடுநல்வாடை. மனைத் தெய்வங்களையும் திசைத் தெய்வங்களையும் வேண்டி அமைதிப்படுத்தும் (சாந்தி செய்யும்) இந்தச் சடங்குக்குத் 'தச்சு செய்தல்' என்பது இன்றைய பெயராகும்.

"தோட்டம் இல்லவள் ஆத்தொழு ஓடை துடைவை என்றிவையெல்லாம் வாட்டம் இன்றி உன் பொன்னடிக் கீழே வளைப்பகம் வகுத்துக் கொண்டிருந்தேன்" என்பது பக்தி இயக்கம் கிளர்ந்த காலத்தில் (கி.பி. ஒன்பதாம் நூ) பெரியாழ்வார் பாடிய பாசுரமாகும். பார்ப்பனர்களின் 'சுகஜீவனம்' என்பது அக்காலத்தில் எவ்வாறிருந்தது என்பதனை இப்பாசுரத்தால் உணரமுடிகிறது. இதே காலத்தைச் சேர்ந்த இரண்டாம் நந்திவர்மனின் தண்டந் தோட்டம் செப்பேட்டால் மற்றுமொரு செய்தியினை அறிகிறோம். பார்ப்பனர் முந்நூற் றெட்டுப் பேருக்கு அரசன் ஒரே செப்பேட்டின் வழி 'பிரமதேயம்' வழங்குகிறான். இதன்படி அரசன் அளித்த உரிமைகளில் சில, 'சுட்டிட்டிகையால் மாடமாளிகை எடுக்கப் பெறுவதாகவும் துரவு கிணறு இழிச்சப் பெறுவதாகவும்' என்பவையாகும்.

அதாவது சுட்ட செங்கல்லால் வீடுகட்டிக் கொள்ளவும் வீட்டிற்கு மாடி எடுத்துக் கட்டவும் வீட்டுத் தோட்டத்தில் கிணறு வெட்டிக்கொள்ளவும் அக்காலத்தில் அரசர்களின் அனுமதி வேண்டும். அந்த அனுமதி பார்ப்பனர்களுக்கு மட்டுமே

இயல்பாக வழங்கப்பட்டிருந்தது. பார்ப்பனர்களின் தீட்டுக் கோட்பாட்டை அரண் செய்வதற்கும் பேணிக் கொள்வதற்கும் ஒவ்வொரு வீட்டிலும் தனித்தனியாகக் கிணறுகள் இருப்பதனை இப்பொழுதும் பார்ப்பனத் தெருக்களில் (அக்கிரகாரங்களில்) காண இயலும். இந்த உரிமையினை அரசர்கள் மற்ற சாதியாருக்கு வழங்கவில்லை.

சாதிவாரியாக வீடுகட்டும் உரிமைகள் அரசர்களால் வகுக்கப்பட்டிருந்ததை அறிய பல சான்றுகள் கிடைக்கின்றன. பழனிக்கருகிலுள்ள கீரனூர்க் கல்வெட்டு பன்னிரண்டாம் நூற்றாண்டில் அப்பகுதியில் வாழ்ந்த இடையர்களுக்கு அரசன் சில உரிமைகளை வழங்கியதைக் குறிப்பிடுகிறது. அவ்வுரிமை களில் ஒன்று, வீட்டிற்கு இருபுறமும் வாசல்வைத்துக் கட்டிக் கொள்ளலாம் என்ப தாகும். அப்பகுதியில் அதுவரை அவர்களுக்கு அந்த உரிமை இல்லை.

காலனிய ஆட்சியில் தொடக்கம்வரை தமிழ்நாட்டில் பெரும்பாலான வீடுகள் ஓலைக்கூரை அல்லது புற்கூரைகளாக இருந்தனவென்பதனை முன்பே குறிப்பிட்டோம். இவ்வீடுகளில் வாழ்ந்த ஒடுக்கப்பட்ட மக்களின் வீடுகள் இன்றளவும் குனிந்த வாசல் உடையனவாகவும் பின் புறவாசலும் சன்னலும் இல்லாதனவாகவும் இருப்பதனை நினைவில் கொள்ள வேண்டும். நிலைவாசல் (ஆள் நிமிர்ந்தபடி உள்ளே செல்லும் உயரத்தில் இருப்பது) சன்னல்கள், பின்புறவாசல், மாடி, இரட்டைக்கதவு வைத்தல், சுட்ட செங்கல்லால் சுவர் ஆகியவை தனித்தனி உரிமைகளாக சாதிவாரியாக அடுக்கப்பட்டிருந்ததே தமிழக வரலாற்றில் சாதியம் தொழிற்பட்ட முறைக்குக் கண்கண்ட சான்றாகும்.

சமூக, பொருளாதார ரீதியில் எளிய மக்கள் 'குடியிருப்பு பற்றி விரிந்த சிந்தனைகள் இல்லாமல் வாழ்ந்தனர். 'எனக்கும் சொத்து இருக்கிறது' என்ற உணர்வை வெளிப்படுத்த எனக்கும் காணிநிலமும் கலப்பை சாத்த இடமும் இருக்கிறது' என்றனர். இந்தச் சொல்லடையிலிருந்து அவர்களுக்கு வீடு என்பதே தொழிற் கருவிகளைப் பாதுகாக்கும் இடமாகவே இருந்திருக்கிறது என்று தெரிகிறது. நிலமும் உழவுத்தொழிற் கருவிகளுமே வாழ்க்கை என்பதே அன்றைய நிகழ்வாகும்.

எனவே தாழ்வாரம், நடுக்கூடம், சமையலறை, படுக்கையறை என்பதான நினைவுகளும் உணர்வுகளும் அவர்களிடத்தில் உருவாக வழியில்லை. அரசதிகாரமும் சாதிய மேலாண்மையும் அவ்வகையான நினைவுகள் அவர்களிடத்தில் உருவாகாமல் பார்த்துக்கொண்டன. இன்றளவும் ஒடுக்கப்பட்ட மக்கள் தங்கள் குடியிருப்புகளில் புதியதாகக் கட்டும் வீடுகளின் பக்கச் சுவர்களில் பெரிய சன்னல்களை வைப்பதில்லை என்பதைக் கள ஆய்வில் காண முடிகிறது. காலங்காலமாக அவர்களின் சமூக உளவியல் சிதைக்கப்பட்டிருந்ததன், பின்தொடர்ச்சியாகவே இதனைக் கருத வேண்டும்.

உன்னதம்

மீனாட்சிப் பட்டினம்

"பட்டணந்தான் போகலாமடி பொம்பள, பணம் காசு தேடலாமடி"– இது பழைய திரைப்படப் பாடல். இந்தப் பாட்டின் உண்மையான பொருள் என்ன! நகரங்களில் தொழில் வளர்ச்சி, வேலை வாய்ப்பு, தொழிலாளர் பெருக்கம், போக்குவரத்து வசதிகள், பணப்புழக்கம் எல்லாம் இருக்கும். அங்கே வாழ்க்கைக்கு எல்லா விதமான உத்தரவாதமும் உண்டு என்பது. பல ஊர்கள் இணைந்து நாடுகள் உண்டாகிறபோதே நகரங்கள் பிறந்துவிடுகின்றன. எனவே உலகெங்கிலும் உள்ள நகரங்களைப் பற்றிய அறிவு மனிதனின் பொது அறிவு, வளர்ச்சிக்குத் துணை செய்கின்றது.

மனித நாகரிக வளர்ச்சியில் குறிப்பிடத் தகுந்த ஒரு கட் டம் நகரங்களை உருவாக்கியதாகும். வாணிகத்திற்கான நெடுஞ் சாலைகள் சந்திக்குமிடங் கள் அரசியல் தலைமைகள் தம் அதிகாரகாத்தைப் பயன்படுத்தும் இடங்களாக நகரங்கள் உருவாயின. நீர் ஊர்திகள் வளர்ச்சி பெற்று கடல் வாணிகம் வளர்ந்தபோது துறைமுக நகரங்கள் உருவொயின. உலகெங்கிலும் நகரங்கள் உருவான கதை இது.

உலகின் பழைய நகரங்கள் அனைத்தையும் பாருங்கள் அவை ஏதேனுமோர் ஆற்றங்கரையில் அலலது கடற்கரையில் அல்லது குன்றுகள் சூழ அமைந்திருக்கும் உலகின் பழைய நகரங்களில் ஒன்றான மதுரையும் அப்படியே. பரங்குன்றம் மலை, பசுமலை, சமண மலை, நாகமலை, அழகர் மலை, ஆனைமலை என்று குன்றுகள் சூழ வைகை ஆற்றங்கரையில் உருவான கோட்டை நகரந்தான் மதுரை.

காலப்போக்கில் பழைய நகரங்கள் அழிந்துபோகப் புதிய நகரங்கள் உருவாயின. அவ்வாறு கரைந்து போகாமல் தம்மை இன்றளவும் நிலைநிறுத்திக்கொண்ட நகரங்கள் மிகச் சிலவே. தமிழ்நாட்டில் மதுரை, காஞ்சிபுரம் ஆகிய இரண்டு நகரங்களும் குறைந்தது இரண்டாயிரத்து ஐநூறு ஆண்டுக் கால

வரலாறு உடையனவாக இன்றளவும் விளங்குகின்றன. இவை இரண்டிலும் மதுரை தனிச்சிறப்புகள் கொண்ட நகரமாகும்.

தமிழ்நாட்டின் பழங்கால நெடுஞ்சாலைகளும் புதிய நெடுஞ் சாலைகளும் சந்திக்கும் மையப் புள்ளியாக தென் தமிழ்நாட்டில் மதுரை அமைந்திருக்கின்றது.வரலாற்றுக்கு முற்பட்ட மனிதன் வாழ்ந்த தடயங்கள் மதுரைக்கருகிலுள்ள சிவரக்கோட்டையிலும் துவரிமானிலும் கற்கருவிகளாக இன்றும் கிடைக்கின்றன. கற்காலத்தைத் தாண்டி வந்த நாகரிக மனிதர் வாழ்ந்த அடையாளங்களான ஈமத் தாழிகள் மதுரை நகரத்திற்கு உள்ளேயே கோவலன் பொட்டல், பழங்காநத்தம், அனுப்பானடி, தத்தனேரி ஆகிய இடங்களில் கிடைக்கின்றன. கிறித்துவுக்கு முற்பட்ட காலத் தமிழ்க் கல்வெட்டுக்கள் தமிழ்நாட்டிலேயே மதுரையைச் சுற்றித்தான் திருப்பரங்குன்றம், கொங்கர் புளியங்குளம், திருவாதவூர், அழகர்கோயில், அரிட்டாபட்டி, ஆனைமலை ஆகிய இடங்களில் அதிகமாகக் கிடைக்கின்றன. இவையெல்லாம் வரலாற்றுக்கு முற்பட்ட காலத்திலிருந்தே தமிழர்கள் நாகரிகம் கண்ட பகுதிகளில் ஒன்றாக மதுரை இருந்ததற்கான சான்றுகள் ஆகும்.

மதுரை நகரத்தின் பழைய பெயர் குறித்து ஆராய்ச்சி யாளர்கள் பல்வேறு கருத்துகளைச் சொல்கிறார்கள்; புராணங்கள் பல கதைகளைச் சொல்கின்றன. கிறித்துவுக்கு முற்பட்ட காலக் கல்வெட்டுகளில் 'மத்திரை' என்ற பெயர் காணப்படுகிறது, கி.பி.7.50 முதல் 900வரையுள்ள கல்வெட்டுகளில் மதுரை என்பதற்குப் பதிலாக 'மதிரை' என்ற பெயரே காணப்படுகிறது. பாமர மக்கள் வழக்கிலோ இது 'மருதை' ஆகும். குதிரை, பேச்சு வழக்கில் குருதை ஆனது போல மதிரையே பேச்சு வழக்கில் மருதை ஆனது என்று கூறுகின்றனர். இந்தக் கருத்து ஏற்றுக்கொள்ளும்படியாக இருக்கிறது.

உலகில் பழைய நகரங்கள் திட்டமிட்டு அமைக்கப்பட்டவை. ரோம், வெனீசு, மொகஞ்சோதரோ ஆகியவற்றைப் போல மதுரையும் திட்டமிட்டு அமைக்கப்பட்ட நகரமாகும். 'மதுரை நகரம் தாமரைப் பூப்போன்றது. அதன் தெருக்கள் தாமரைப் பூவின் இதழ்களைப் போன்றவை. இதழ்களுக்கு நடுவே அமைந்திருக்கும் பொட்டினைப்போலக் கோயில் அமைந் திருக்கிறது' எனப் பரிபாடல் இலக்கியம் பாராட்டுகின்றது. மாசி

வீதிகளின் சந்திப்பில் மிகப்பெரிய தேரினைத் திருப்புவதற்கு வசதியாக வடம்போக்கித் தெருக்கள் அமைக்கப்பட்டிருப்பதும் தேர் வடங்களில் ஒன்றிரண்டை அத்தெருக்களுக்குள் கொண்டு சென்று மக்கள் இழுப்பதும் இன்றளவும் காண முடியும். நேராக அமைந்த மொகஞ்சோதரோ தெருக்களைப் போல அல்லாமல் மதுரை நகரத்துத் தெருக்கள் சற்றே வளைந்தவையாகும்.

தமிழ்நாட்டின் கோட்டை நகரங்கள் நிறைய நீர் வசதி களைக் கொண்டவையாக இருக்கும். மதுரைக் கோட்டையும் ஒரு காலத்தில் அப்படித்தான் இருந்தது. வடபுறத்தில் வைகை ஆற்றை எல்லையாகக் கொண்டிருந்தது. அதன் மேற்குப் புறத்தில் மாடக்குளம் என்னும் மிகப்பெரிய குளம் இருந்தது. வைகையாற்றில் இருந்து ஒரு நீர்க்கால் பிரிக்கப்பட்டு கிருதமாலை' என்னும் பெயரோடு கோட்டையின் மேற்கு, தெற்குச் சுவர்களை ஒட்டி ஓடிக்கொண்டிருந்தது. கோட்டையின் வெளிப்புறத்தில் கிழக்கு வாசலையொட்டியும் வடக்கு வாசலையொட்டியும் இரண்டு தெப்பக்குளங்கள் இருந்தன. கோட்டையின் உள்ளே மேற்குப் புறத்தில் ஒரு தெப்பக்குளமும் கோட்டையின் நடுவில் அமைந்த கோவிலுக்குள் ஒரு தெப்பக்குளமும், ஆக இரண்டு இருந்தன. இவை தவிரப் பல கிணறுகளும் இருந்திருக்கின்றன. கோட்டையின் மழைநீர் வடிகாலாகக் கிருதமாலை நதியும் வைகை ஆறும் பயன்பட்டிருக்கின்றன.

தமிழ் இலக்கியம் காலந்தோறும் தவறாது பாடும் நகரம் மதுரையாகும். இலக்கியங்கள் பாடும் பழையாறை, பூம்புகார் போன்ற பழைய நகரங்கள் அழிந்து போயின. தஞ்சை, கருவூர்(கரூர்), காஞ்சி போன்ற நகரங்கள் சிதைந்து அளவில் சுருங்கிப் போயின. மதுரை நகரம் மட்டும் சித்திரத்துப் பூப்போல வாடாமல் இருக்கிறது.

அரசர்களாலும் பக்தர்களாலும் இலக்கியங்களாலும் கொண்டாடப்பட்ட நகரங்களில் மதுரையும் ஒன்று. இத்தோடு எளிய மக்களின் நாவில் அன்றாடம் ஒலிக்கின்ற தாலாட்டு, ஒப்பாரி, ஆட்டப்பாடல்கள், பழமொழி, விடுகதைகள் ஆகிய வற்றிலும் தவறாது பேசப்படும் நகரம் மதுரையாகும். இந்தப் பெருமை தமிழ்நாட்டின் பிற நகரங்களுக்குக் கிடைத்ததில்லை.

நகரத்தில் தலைமைத் தெய்வமான மீனாட்சி 'மதுரைக்கு அரசி' என்பது நாட்டு மக்களின் நம்பிக்கை. இன்றளவும் சித்திரைத் திருவிழாவில் மீனாட்சி தெய்வம் திருமணத்திற்குமுன் பட்டாபிஷேகம் செய்யப்பெற்று, செங்கோல் ஏந்தி மதுரை நகரத்து வீதிகளில் திக்குவிசயம் செய்கின்றது. திருமணம் நடந்த பின்னரும் சுந்தரேசர் இராணியின் கணவராகவே கருதப் படுகிறார்; அரசராகக் கருதப்படுவதில்லை. இந்திய வரலாற்றில் எந்தப் பெண் தெய்வமும் இப்படியொரு தனிச் சிறப்பைப் பெற்றதில்லை. புராணக் கதையை அடிப்படையாகக் கொண்ட திருவிழாவாக இது இருந்தாலும் வரலாற்றுக்கு முற்பட்ட காலத்தில் திராவிட நாகரிகத்தில் பெண்களும் முடிசூடி ஆண்ட நிகழ்வினை இது நமக்கு நினைப்பூட்டுகிறது.

தமிழ்மொழி வளர்ச்சியில் மதுரை நகரம் தொடர்ந்து கணிசமான பங்கு வகித்துவந்துள்ளது. தமிழ்நாட்டு அரச மரபினரில் பாண்டியரே பழைய மரபினர் என்பது வரலாற்று அறிஞர் கொள்கை. பாண்டியர் 'சங்கம்' வைத்துத் தமிழ் மொழி யினை வளர்த்தனர் என்று செப்பேடுகளும் இலக்கியங்களும் கூறுகின்றன. சங்க இலக்கியப் புலவர்களில் மதுரையைச் சேர்ந்தவர்கள் அதிகமாகக் காண ணப்படுகின்றனர். பத்துப்பாட்டில் ஒன்றான 'மதுரைக் காஞ்சி' மதுரை நகரத்தை மட்டுமே பாடுகின்றது. எட்டுத்தொகையில் ஒன்றான பரிபாடல் மதுரையினையும் அதனைச் சுற்றியுள்ள பகுதிகளையும் பாடுகின்றது. சிலப்பதிகாரக் காப்பியம் மதுரை நகரத்தை மிக விரிவாகப் படம்பிடித்துக் காட்டுகிறது. தேவார மூவரும் ஆழ்வார்களும் மதுரை நகரத்தைப் பாடியுள்ளனர். திருவாசகமோ சிவபெருமான் கூலியாளாக வந்து 'மதுரை' மண் சுமந்து பாண்டிய மன்னனிடம் பிரம்படிப்பட்ட கதையைப் பாடுகின்றது. சிவபெருமான் மதுரையில் அறுபத்து நான்கு திருவிளையாடல்களை நிகழ்த்திக் காட்டியதனைத் திருவிளையாடற் புராணம் பேசுகிறது. மதுரை நகரத்தின் மீது எழுந்த சிற்றிலக்கியங்கள் நூற்றுக் கணக்கானவை.

சங்க இலக்கியப் புலவர்களில் கணிசமானோர் மதுரை நகரத்துப் புலவர்களாகவே இருந்திருப்பதும் வரலாற்று உண்மையாகும். இருபதாம் நூற்றாண்டிலும் தமிழாராய்ச்சிக்குக்

களமான தமிழ்ச்சங்கம் மதுரையில் பாண்டித்துரை தேவரால் தொடங்கப்பெற்றது.

மதுரை நகரத்துத் தெருப்பெயர்கள் இன்னமும் இவ்வூரின் பழைமையினையும் நகர அமைப்பினையும் தெளிவாகக் காட்டுகின்றன. வாழைக்காய்ப்பேட்டை, நெல்பேட்டை, தவிட்டுச்சந்தை, வெற்றிலைப்பேட்டை என வணிகப் பெருமை காட்டும் இடப்பெயர்களைக் காண்பதோடு சித்திரக்காரர், எழுத்தாணிக்காரர், தென்னோலைக்காரர் எனக் கலைஞர்கள் வாழ்ந்த இடங்களையும் நம்மால் இந்நகரத்தில் பெருமையோடு காணமுடிகிறது.

பழந்தமிழரின் கலைத் திறனையும் நீர் மேலாண்மைத் திறனையும் தெளிவாகக் காட்டுகிறது மதுரை. 1000 அடி நீளம், 980 அடி அகலம் 20 அடி ஆழமுடைய மாரியம்மன் தெப்பக்குளத்தின் அலைகற்களோடு கூடிய கற்சுவர்களும் படிக்கட்டுகளும் தமிழர்களின் பொறியியல் நுண்ணறிவுக்கு அடையாளமாகும். அதன் சுற்றுச்சுவர்களும் சுவரில் அமைந்த சிலைகளும் மையமண்டபமும் தமிழர்களின் கலைத்திறனுக்குச் சான்று.

நூறு ஆண்டுகளுக்கு முன்புவரை மதுரை நகரம் தன் நீர்வளத்தைப் பாதுகாத்ததற்கான அடையாளங்கள் நிறைய இருக்கின்றன. பழைய கல்வெட்டுக்களில் 'மாடக்குளக்கீழ் மதுரை' என்றே குறிப்பிடப்படுகின்றது. மதுரையைச் சுற்றியிருந்த பெரிய குளங்கள் மட்டும் அல்ல, மதுரையின் வடதிசையில் ஓடிய வைகை நதியும் தென்திசையில் ஓடிய கிருதமாலை நதியும் ஊருக்குக் கிழக்கே ஓடிய கால்வாய்களும் மதுரையின் நிலத்தடி நீர்வளத்தைப் பாதுகாத்தன. மதுரை நகருக்குள் குடிநீர் வழங்கும் மூலங்களாக பெருமாள் தெப்பக்குளம், எழுகடல் தெப்பக்குளம், கிருஷ்ணராயர் தெப்பக்குளம், மைனாத் தெப்பக்குளம் ஆகியவை இருந்தன. இவையன்றிக் கோயிலுக்குள்ளும் குளம் இருந்தது. ஆற்று நீராலும் மழை நீராலும் இவை நிரம்பியிருந்தன.

இன்று சுற்றுச்சூழல் சீர்கேட்டிலும் நீருக்கான மூலவளங்களை அழித்ததிலும் மதுரை தன் பொலிவினை இழந்து நிற்கிறது. ஊருக்குள்ளிருந்த குளங்கள் மூடப்பட்டுள்ளன. நீரைச் சேமித்து வைக்கும் ஆதாரங்கள் எவையும் இல்லை.

வணிகக் கழிவுகளும் மருத்துவமனைக் கழிவுகளும் வைகை ஆற்றைக் கூவமாக்கிவிட்டன. நகரத்தின் காற்றும் எண்ணெய்ப் புகையினால் மாசுபட்டுவிட்டது.

நம் முன்னோர்கள் அரிய கலைச் செல்வங்களையும் இலக்கியங்களையும் மட்டும் நமக்குச் சொத்தாக விட்டுவிட்டுப் போகவில்லை. தூய்மையான காற்றையும் நீரையும் நெடிய மரங்களையும் வளங்களை உருவாக்கும் மூல வளங்களாக நமக்குத் தந்து சென்றனர். நாளைய தலைமுறையினை மறந்து நம் தலைமுறையினை மட்டும் நினைத்தால் இயற்கை நம்மைப் பழிவாங்கும் என்பதற்கு இன்றைய மதுரை நகரம் ஓர் உதாரணம் ஆகும்.

இன்றளவும் மதுரையே தமிழர்களின் பண்பாட்டுத் தலைநகரமாகக் கருதப்படுகிறது. மதுரையைக் காப்பாற்றுவது நம் பண்பாட்டைக் காப்பாற்றுவதாகும்.

சமூக வரலாற்றுப் பார்வையில் திருவிழாக்கள்

திருவிழாக்கள் என்பது சமூக அசைவுகளில் ஒன்று ஆகும். திருவிழாக்கள் இல்லாமல் ஒரு சமூகம் இயங்க இயலாது. சுடுவெயிலில் நடப்பவன் மரத்து நிழலில் தங்கி, அடுத்து நடப்பதற்கான உடல், மன வலிமையினைச் சேர்த்துக் கொள்வது போலத் திருவிழா என்பது ஒரு 'சமூக இளைப்பாறுதல்' நிகழ்வு ஆகும். ஆடுதல், பாடுதல், கூடிக் களித்தல், கூடி உண்ணுதல் ஆகிய அசைவுகளும் தொடர்ந்து வரும் அவற்றின் நினைவுகளும் ஒரு சமூகத்தைச் சோர்வின்றி இயங்கச் செய்கின்றன. இதுவே திருவிழாவின் பொருள் என்று சொல்லலாம்.

இன்று நாம் திருவிழா என்பதனைத் திருவள்ளுவர் 'சிறப்பு' என்ற சொல்லால் குறிப்பிடு கின்றார். அதாவது 'பொது அல்லாத' ஒரு சமூக நிகழ்வு என்று அதற்குப் பொருள். திருவிழா என்பது குறிப்பிட்ட நாளில் குறிப்பிட்ட நேரம் சார்ந்த ஒரு கொண்டாட்டமாகும். மணவிழா, பிறந்தநாள் விழா, மூத்தோர் வழிபாடு போன்ற வீட்டு விழாக்களுக்கு நாளும் நேரமும் தனித்தனியாகவே அமைந்துள்ளன. சமூகத் திருவிழாக்களுக்கு அவை ஒரே நேரத்தில் அமைய வேண்டும்.

ஊர், சாதி, சடங்குகள், தெய்வங்கள் ஆகிய அளவு கோல்களை முன்னிறுத்தி நடைபெறும் திருவிழாக்களையே பொதுவாக நாம் திருவிழாக்கள் என்று ஏற்றுக்கொள்கிறோம். ஆனால், இந்த எல்லைகளைத் தாண்டி ஒரு குறிப்பிட்ட மொழி பேசுவதோடு ஒரே நிலப்பகுதியில் வாழும் மக்கள் திரள் கொண்டாடும் விழாக்களே உண்மையான திருவிழாக்களாகும். இந்தத் திருவிழாக்கள் அந்தந்த நிலப்பகுதியின் பருவநிலை சார்ந்தே பெரும்பாலும் அமைகின்றன. இந்தப் பருவ நிலைகள் என்பன குறிப்பிட்ட மொழி பேசும் அந்த மக்களின் நாட்காட்டி முறையின்படி வரையறுக்கப்பட்டதாகும்.

இந்த வகையில் தமிழர்களுக்குச் சாதியும் மதமும் கடந்த திருவிழாவாக இன்று எஞ்சி நிற்பது 'தைப்பொங்கல்'

திருவிழாவாகும். தைப்பொங்கல் திருவிழாவும் இன்று நாள் (விண்மீன்) மா மாறியுள்ளது. 'மகரசங்கராந்தி' என்ற பெயரில் ஆரியர்களின் சூரியக்கணக்கின் படி இத்திருவிழா இன்று தை மாதம் முதல் நாளில் கொண்டாடப் பெறுகின்றது. ஆங்கிலேயர்களும் சூரியக் கணக்கினைப் பின்பற்றுபவர்கள் என்பதால் தைப்பொங்கல் அவர்களின் நாட்காட்டிப்படி எப்போதும் சனவரி 14ஆம் நாளில் வருகின்றது.

திராவிடர்கள் அல்லது பழந்தமிழர்கள் சந்திரக்கணக்கு நாட்காட்டி முறையினைக் கொண்டவராவர். 'திங்கள்' என்ற தமிழ்ச்சொல் அதனால்தான் சந்திரனையும் குறிக்கின்றது; மாதத்தினையும் குறிக்கின்றது. சந்திரனுக்குரிய நாள் திங்கள்கிழமை என்றே பெயர் பெறுகின்றது. பழந்தமிழர்கள் ஒரு நாளினை அந்த நாளுக்குரிய விண்மீனைக் கொண்டே சித்திரை நாள், கார்த்திகை நாள் என்று அழைத்தனர். இன்றளவும் தமிழ்நாட்டில் பெரும்பாலான சாதியாரும் குழந்தைகளின் பிறந்த நாளை நட்சத்திரத்தினை (நாள்மீனை) கொண்டே கொண்டாடுகின்றனர். வேணாட்டு (திருவனந்த புரத்து) அரச மரபினர் சித்திரைத் திருநாள், மூலம் திருநாள் என்று பிறந்தநாளின் பெயர் கொண்டே அழைக்கப்படுகின்றனர்.

பக்தி இயக்கத்தின் எழுச்சிக்குப் பிறகு, ஆரிய நாகரிகத் தாக்கம் காரணமாகத் தமிழர்கள் சில நேரங்களில் சூரியக் கணக்கு முறையினையும் சில நேரங்களில் சந்திரக் கணக்கு முறையில் னையும் பின் பற்றத் தொடங்கினார்கள் இதன் விளைவாகத் திங்கள் பிறப்பு நாள், 'மாதப்பிறப்பு' நாளாக மாறிவிட்டது.

பழந்தமிழர்களிடத்தில் முழு நிலவு நாளே மாதத்தின் (திங்களின்) தொடக்க நாளாக இருந்தது. ஆரியரின் சூரிய நாட்காட்டி முறையினைப் பின்பற்றியதால் அந்தத் திங்களுக்குரிய நாள் (நட்சத்திரம்) மாதத்தின் நடுவில் வருவதாயிற்று. கவிஞர் பாரதியார் தனது கட்டுரை ஒன்றில் அயன, விசுக் காலங்களைக் கணிப்பதில் 21 நாட்கள் பிழைபட்டுப் போனதாகவும் இதனால் திருவிழா நாட்கள் மாறி வருவதாகவும் இதனைத் திருத்த வேண்டுமெனவும் குறிப்பிட்டுள்ளார். தமிழர்களின் சந்திர நாட்காட்டி (சாந்தரமானம்) சூரிய நாட்காட்டி முறையாக (சௌரமானம்) மாற்றப்பட்டதால் வந்த குழப்பம் இதுவாகும்.

கி.பி. ஏழாம் நூற்றாண்டில் வாழ்ந்த ஆண்டாள் தன்னுடைய திருப்பாவை முதற் பாட்டில்

மார்கழித் திங்கள் மதிநிறைந்த நன்னாளால்

என்று மார்கழி முழு நிலவு நாளன்று பாவை நோன்பு தொடங்கியதாகக் குறிப்பிடுகின்றார். ஆனால், இன்று மார்கழி மாதத்தின் நடுவில்தான் முழுநிலவு நாள் வருகிறது. ஆண்டாளின் கணக்குப்படி மார்கழி முழுநிலவு நாளில் தொடங்கிய பாவை நோன்பு, தை முழு நிலவு நாளுக்கு முந்திய நாள் நிறைவடைகின்றது. மறுநாள் முழு நிலவு நாளாகிய தைப்பூசம் நாளாகும். அன்றுதான் ஆண்டாளின் கூற்றுப் படியே,

பாற்சோறு மூடநெய் பெய்து

முழங்கை வழிவாரக் கூடியிருந்து

குளிருகின்ற நாளாகும். அது பாவை நோன்பின் நிறைவான முப்பதாவது நாளாகும். இதுவே பழந்தமிழர்கள் கொண்டாடிய தைப்பொங்கல் திருநாள் ஆகும். தமிழ்நாட்டின் எல்லா ஆற்றங்கரைகளிலும் இன்றளவும் தைப்பூசத் துறைகளும் தைப்பூச மண்டபங்களும் காணப்படுவதே இதற்கு எடுத்துக் காட்டாகும். இவ்வகையான நிகழ்வுதான் கோயில் சார்ந்து கேரளத்தில் திருவிழாவாகக் கொண்டாடப் பெறுகின்றது.

தைப்பூசம் போன்றே மாசி மாதத்துச் சிவராத்திரியும், பங்குனி மாதத்து உத்திரமும், சித்திரை மாதத்துச் சித்திரைத் திருவிழாவும், வைகாசி மாதத்து விசாகமும் முழு நிலவு நாட்களாகும்.

இந்த முழு நிலவு நாட்களே தமிழர்களின் திருவிழா நாட்களாகும். இந்தத் திருவிழா நாட்களை எல்லாம் ஆரியச் செல்வாக்கினால் உருவான பக்தி இயக்கம் தனதாக்கிக் கொண்டது. இவற்றுள் மாசி மாதத்துச் சிவராத்திரி முழுநிலவு நாளைத் தமிழகத்து மக்கள் இன்றளவும் நாட்டார் தெய்வ வழிபாட்டிற்குரிய நாளாக வைத்துள்ளனர். நெல்லை, தூத்துக்குடி, குமரி மாவட்டங்கள் புவியியல் அமைப்பில் வடமேற்குப் பருவ மழையோடு தென்மேற்குப் பருவ மழையினையும் பெறுகின்ற நிலப்பகுதிகளாகும். எனவே, இந்த மூன்று மாவட்டங்களிலும் பங்குனி மாதத்து உத்திர நாளே நாட்டார்தெய்வ வழிபாட்டிற்குரிய நாளாக ஆகிவிடுகின்றது. திருஞானசம்பந்தரின் மயிலாப்பூர்ப் பதிகம் 'தைப்பூசம்',

'பங்குனி உத்திரம்' ஆகிய இரண்டு நாட்களையும் பக்தி இயக்கம் தன் மயமாக்கிக் கொண்டதை உணர்த்துகின்ற சான்றாகும்

இதனுடன குறிப்பிடத்தகுந்த மற்றொன்று வைகாசி மாதத்து விசாக நாள் ஆகும். அந்த நாள் புத்தர் பிறந்த நாளாகும் பின்னாளில் அது முருகனுக்கு (விசாகப் பெருமாளுக்கு) உரியதாக ஆயிற்று. தென்கலை வைணவர்களுக்கு அது நம்மாழ்வார் பிறந்த நாளும் ஆகும்

திருவிழாக்கள் பொதுவாகத் தமிழ் நிலத்தின் மரபாகத் தெய்வங்களைச் சார்த்தியே நடை பெறுகின்றன. (விடுதலை நாள், மே நாள் போன்ற சமயச் சார்பற்ற திருவிழாக்களைத் தமிழ்ச் சமூகம் இன்னமும் பண்பாட்டு ரீதியாக உள்வாங்க வில்லை) தமிழ்நாட்டுத் திருவிழாக்களின் பொதுவான கால எல்லை தைமாதம் முதல் ஆடி மாதம் வரையே ஆகும். தமிழகம் வெப்ப மண்டலத்திலுள்ள நிலப்பகுதியாகும். எனவே, வேளாண் தொழில் சார்ந்த பணிகள் பெரும்பாலும் இல்லாத காலப் பகுதியே தமிழர்களின் திருவிழாக் காலமாகின்றது. தமிழகத்து நாட்டார் தெய்வங்கள் (குறிப்பாகத் தாய்த் தெய்வங்கள்) இந்தக் கால அளவில்தான் கொண்டாடப்படுகின்றன.

இந்த வரையறையினைத் தாண்டிய சில திருவிழாக்களும் தமிழ்நாட்டில் உண்டு. இன்று பரவலாகக் கொண்டாடப்பெறும் தீபாவளி நாள் என்பது விசயநகர மன்னர்களின் காலத்தில் தெலுங்குப் பார்ப்பனர் வழியாகத் தமிழ்நாட்டுக்கு வந்த திருவிழா ஆகும். வடநாட்டில் இது சமண சமயத்தைச் சேர்ந்த திருநாள் ஆகின்றது. விசயநகர அரசு நாட்டார் பண்பாட்டோடு சமாசம் செய்துகொள்ள நேர்ந்தபோது நவராத்திரித் திருவிழாவினைப் (தசரா) பெரிதுபடுத்தியது.

எருமைத்தலை அரக்கனை ஆயுதம் ஏந்திப் போரிட்டு அழித்த கன்னட நிலப்பகுதிக் கதை சிலப்பதிகாரக் காலத்திலேயே தமிழகத்தில் அறிமுகமாகியிருந்தது. அந்தக் கதையினை விசயநகர அரசமரபு கொண்டாடத் தொடங்கியபோது ஆயுதம் ஏந்திய (தந்தைத் தெய்வச் சார்பு இல்லாத) தமிழகத்தின் தாய்த் தெய்வங்களும் புத்துயிர் பெற்றன. இதன் விளைவாக வைதீகத்துக்கு மாற்றான திருவிழாக்களைத் தமிழ் நாட்டார் மரபு தனது வலிமையான பண்பாட்டுக் கருவியாகக்

காப்பாற்றிக் கொண்டிருக்கின்றது. அரசியல் வரலாறும் சமூக வரலாறும் மாற்றங்களைச் சந்திக்கின்றபோது அம்மாற்றங்களின் பண்பாட்டு வெளிப்பாடாக இந்தத் திருவிழாக்களே அமையும்.

சடங்கியல் வாழ்வு

இந்த விண்வெளியுகத்திலும் மனித சமூகத் தால் சடங்குகளிலிருந்து விடுபட முடியவில்லை. பழைய சடங்குகள் கால ஓட்டத்தில் மறைந்து போனாலும் அவற்றின் அடிப்படையில் புதிய சடங்குகள் தோன்றிவிடுகின்றன. நவீனகால அரசு எந்திரங்கள் கூடச் சடங்குகளை உதறித்தள்ள முடியவில்லை.

நவீனகாலச் சடங்குகளை மரபு சார்ந்தவை, நம்பிக்கை சார்ந்தவை என இரண்டு வகையாகப் பகுக்கலாம். பொதுவாக, சடங்குகளின் அடிப்படை நம்பிக்கை சார்ந்ததாகும். இந்த நம்பிக்கையில் பெரும்பாலானவை தொல்பழங்காலத்திலிருந்து வருபவை. சாதி, சமயம் ஆகிய இரண்டின் எல்லைக்கு வெளியே நின்று உயிர்வாழும் சடங்குகளே மிகப் பெரும்பான்மை யானவையாகும். பிறப்பு, பூப்பு, திருமணம், புதுமனை, இறப்பு, தொடர்பான சடங்குகள் ஒரு தனிமனிதனை மையமிட்டுக் குடும்ப அசைவுகளோடும் சமூக இயக்கத்தோடும் தங்களை இணைத்துக்கொள்கின்றன. இவையன்றி உள்வட்டத் திருமண அமைப்புடைய குழுக்களின் அசைவாகப் பல சடங்குகள் நிகழ்த்தப்படுகின்றன. தொல்பழைய நம்பிக்கைகள் மட்டு மல்லாமல் சடங்குகளில் அரசியல், வரலாற்றின் துணுக்குகளும் சமூகத் துணுக்குகளும் உட்பொதிந்து காணப்படுவதும் உண்டு.

எடுத்துக்காட்டாகத் திருமண வீடுகளில் நடைபெறும் அரசாணிக்கால் (அரசு ஆணைக் கால்) நாட்டுதல் என்பது அரசதிகாரத்தின் அனுமதி பெற்றுத் திருமணங்கள் நடத்தப் பட்டதின் எச்சப்பாடாகும். சில சாதிகளில் திருமணத்தின் போதும் வேறு சில சாதிகளில் இறப்புச் சடங்கின் தாடர்பாகவும் நடைபெறும் 'பட்டம் கட்டுதல்' என்பது அரசதிகாரத்துடன் தொடர்புடையது. ஆதிச்சநல்லூர் புதைகுழியில் கண்டெடுக்கப் பட்ட தங்கத்தாலான நெற்றிப்பட்டங்கள் இறப்புச் சடங்கின் போது பயன்படுத்தப்பட்டவையாகும். திருமண நிகழ்வின் போதும் இறப்புச் சடங்கின்போதும் பிற சாதிக்குழு உறுப்பினருக்கு அளிக்கப்படும் மரியாதை சமூக வரலாற்றோடு

தொடர்புடையதாகும். இந்தப் பிறசாதியார் சேவைச் சாதியாராகவும் அமையலாம், அதுவல்லாத பிற சாதிக்காரர் களாகவும் அமையலாம்.

சடங்குகள் தொடர்பாகத் தமிழ்நாட்டில் கனமான ஆய்வுகள் வளரவில்லை, (விதி விலக்கு ஆ. சிவசுப்பிரமணியனின் மந்திரமும் சடங்குகளும், ஏனென்றால் சடங்குகளின் பொருண்மை விளக்கம் என்பது சமூக வரலாற்றில் பல இயங்குதளங்கள் சார்ந்து மந்திர நம்பிக்கைகளின் அடிப்படையிலும் மானிடவியல் நோக்கிலும் சாதித் திரள்களுக்கு இன டையிலான உறவுகளின் அடிப்படையிலும் பொருண்மை விளக்கம் பெறுகின்றன.

எடுத்துக்காட்டாக எண் குறித்த சடங்குகள் அல்லது சொல்லாடல்கள் மந்திர நம்பிக்கையின் அடிப்படையில் அமைந்தவை. சொல்லுக்கு மந்திர ஆற்றல் உள்ளது என்பதனை உலகின் பலசமயங்கள் ஏற்றுக்கொள்கின்றன. இந்த வகையிலே வாழ்த்துச் சொற்கள் மகிழ்ச்சியையும் வசவுச் சொற்கள் சினத்தையும் உண்டாக்குகின்றன. மங்கலச் சொல்லால் இலக்கியத்தைத் தொடங்கவேண்டும் என்ற இலக்கிய மரபு இதன் வழி வருவதாகும். ஒரு சொல்லைத் திரும்பத் திரும்பச் சொல்லுதல் (நீலீஸீஸீமீ'வீஸீரீ ஷீகூஷீ கூஷீமீஜீமீணீமீ'வீஸீரீ) ஓதுதல் எனப்படும். மந்திரங்கள் ஓதப்படுபவை. ஓதப்படும் முறை, ஓதும் மனிதன், காலம் ஆகியவை சார்ந்து உலகியல் நிகழ்வுகளைச் சொல்லின் மந்திர ஆற்றல் கட்டுப்படுத்தும் என்பது நம்பிக்கையாகும். "பொலிக, பொலிக, பொலிக போயிற்று வல்லுயிர் சாபம்" என்பது நம்மாழ்வார் பாசுரம்.

மூன்று, ஏழு, பதினெட்டு, இருபத்தொன்று, நூறு, நூற்றெட்டு ஆகிய எண்கள் சார்ந்த புனிதம் இந்த நம்பிக்கையின் அடிப்படையில் உருவானது. தனிமனித வாழ்வுச் சடங்குகள் மனிதன் கருவில் இருக்கும்போதே தொடங்கிவிடுகின்றன. கருக்கொண்ட பெண்ணை "ஈருயிர்க்காரி" என்று அழைப்பர். சில சாதிகளில் குறிப்பாகப் பிராமணர்களிடம் வளைகாப்புச் சடங்கில் அவளுக்கும் வயிற்றிலுள்ள குழந்தைக்கும் சேர்த்து இரண்டுமுறை தீர்த்தம் வழங்கப்படுகிறது. வைணவப் பிராமணர்கள் இதனையே குழந்தைக்குரிய 'வைணவத்

தீட்சை' என நம்புகின்றனர் ஸ்மார்த்தப் பார்ப்பனர்களின் வளைகாப்புச் சடங்கு ஒரு போலித் திருமணம் (னீஷீநீளீ னீணீகூஷீகூஷீவீணீரீமீ) போலவே நடத்தப்படுகின்றது அதாவது ஒரு பெண்ணைத் தாயாக்கிய பின்னரே அவளைத் திருமணம் செய்யும் உரிமையினை ஆண் மகன் அடைகிறான் என்னும் புராதன கால நம்பிக்கையின் எச்சப்பாடாகும் இது இன்னும் சில சாதியாரிடம் மகப்பேற்றிற்கு அழைத்து வரப்படும் பெண்ணின் வயிற்றில் பழங்களை வைத்துக் கட்டும் வழக்கம் உள்ளது. இச் சடங்கிற்கு 'மடிநிரப்புதல்' என்று பெயர். இதே சடங்கு கோவில்களிலும் நிகழ்த்தப்படுகின்றது. திருக்கலியாணம் முடிந்த ஏழாவது அல்லது ஒன்பதாவது மாதத்தில் முளைவிட்ட பயிர் வகைகளைத் தாய்த் தெய்வத்தின் வயிற்றைச் சுற்றிக்கட்டி வாழ்த்துப்பாடும் மரபு இருந்துவருகின்றது.

குழந்தையின் தலைமயிரை முதன் முறையாக மழிக்கும் வழக்கம் தமிழகத்தில் எல்லா மதத்தினரிடமும் ஒரு சடங்காக நிதழ்த்தப்படுகின்றது. தாய்மாமன் மடியில் குழந்தையை இருத்திக் கோயில் வளாகத்தில் நிகழ்த்தப்படும் சடங்கில் பங்கேற்க வந்தவர்களுக்கு உணவளிப்பதற்குப் பதிலாக இனிப்பு கலந்து ஊறவைத்த 'காதரிசி' வழங்கப்படுகிறது. குழந்தை தின்பண்டங்களிலிருந்து அரிசி உணவிற்கு மாறுவதை இது அடையாளப்படுத்துகின்றது எனலாம்.

திராவிடச் சாதிகளில் பூப்புச்சடங்கு மிக விரிவானது. இது இரண்டு வகைப்படும். பூப்பு நிகழ்ந்தவுடன் தீட்டுக் கழிப்புச் சடங்கு; மற்றொன்று இந்நிகழ்வினை ஊருக்கு அறிவிக்கும் சடங்கு.

நமது பண்பாட்டில் மருத்துவம்

பண்பாடு என்ற சொல்லை, நாம் மிகச் சுருக்கமாகவே புரிந்து கொண்டிருக்கிறோம். உண்மையில் பண்பாடு தனிமனித ஒழுக்கம் சார்ந்ததன்று. பண்பாடு ஒரு சமூகத்தினுடைய வெளிப்பாடு, ஒரு மக்கள் திரள் தன்னை வெளிப் படுத்திக்கொள்கிற முறை. சொல்லாலே, செயலாலே, கருத்தினாலே தன்னை வெளிப்படுத்திக்கொள்கிற முறைக்கு பண்பாடு என்று பெயர். நம்முடைய தெய்வங்கள், நம்முடைய இசை, நம்முடைய கலை, நம்முடைய உணவு, நம்முடைய உடை, நம்முடைய உடையை நாம் செய்கிற முறை, நம்முடைய உடையை நாம் உடுத்துகிற முறை எல்லாமே பண்பாடு சார்ந்த அசைவுகள் ஆகும்.

பண்பாடு, ஒரு முழுமையான பொருள். இந்த முழுமை சார்ந்த பார்வை இல்லாது போன காரணத்தினாலும், ஒரு ஷ்லீஷீறீவீஉமீவீநீ ணீஜீஜீகூஷீஷ்ணீநீலீ இல்லாதுபோன காரணத்தினாலும் பண்பாடு பற்றிய நமது பார்வை மிகவும் பலவீனமாக இருக்கிறது.

பண்பாடு, நம்முடைய ரத்த ஓட்டத்தோடு கலந்ததாகும். அது நமது மூச்சுக்காற்றைப் போல! நான் உங்கள் முன்னாலே மூச்சுவாங்கிக்கொண்டு பேசிக்கொண்டிருக்கிறேன் என்று நினைக்கவில்லை. நாம் மூச்சு வாங்கிக்கொண்டிருக்கிறோம் என்பது எப்போது தெரியுமென்றால், மூச்சிலே ஏதேனும் அடைப்பு ஏற்படும்போது அதை உணர்கிறோம்.

பண்பாடு என்பதை அது மீறப்படுகிறபோது உணர்கிறோம். இன்னொரு கட்டமாக, தேவைப் படுகிற போதும் பண்பாட்டை உணர்வோம். நம் வீட்டிற்குத் தண்ணீர் போதாது என்கிறபோது வீட்டின் மண்ணிற்குக் கீழாகவே தண்ணீர் இருக்கிறதே என்று எனக்குத் தோன்றும்.

எனவே சமூகத் தேவை ஏற்படுகிறபோதும் நடைமுறை வாழ்க்கை மீறப்படுகிறபோதும் நாம் பண்பாட்டைப் பற்றிக் கவலைப்படுகிறோம்.

'உலகமயமாக்கம்' என்ற சொல்லை ஏன் திரும்பத் திரும்பக் கேட்டுக்கொண்டிருக்கிறோம்? உலகமயமாக்கம் என்றால் 'பொருளாதார நடவடிக்கை' என்றுதான் பத்திரிகை படிப்பவர்களும் மெத்தப்படித்தவர்களும் தெரிந்துகொண்டிருக் கிறார்கள். உண்மையில் உலகமய மாக்கல் கலாச்சாரத் தாக்குதலாக இருக்கிறது. மிகப்பெரிய தொன்மையான கலாச்சாரமுடைய தமிழ் மொழி பேசுகிற மக்கள் மீதும் இந்தியாவில் மற்ற மொழி பேசுகின்ற மக்கள் மீதும் அது தன் மூலதனம் கொண்டு தொடுத்திருக்கிற கலாச்சார யுத்தம். இந்தக் கலாச்சார யுத்தத்தை நம்மீது தொடுத்திருப்பது யார் என்று கேட்டால் மிக, மிகப்பெரிய நம்பமுடியாத அளவிலான பன்னாட்டு மூலதனமே எனலாம்.

நூற்றைம்பது ஆண்டுகாலக் காலனி ஆட்சியிலே எதையெதை எப்படிப் பார்க்கவேண்டும் என்கிற பார்வையை நாம் இழந்துபோயிருக்கிறோம். அதன் விளைவாக நாம் இன்று எப்படிக் கட்டப்பட்டிருக்கின்றோம்? இன்று இங்கு இருக்கிற, குறிப்பாக இருபத்தைந்து வயதுக்குக் கீழாக இருக்கிற இளைஞர்கள் எப்படி இருக்கிறார்கள்? அவர்கள் உளவியல் எப்படி டமைக்கப்பட்டுள்ளது? எதுஎது தேவையோ, அதை யெல்லாம் தேவையில்லை என்கிறது. எது மறக்கப்பட வேண்டியதோ அதையெல்லாம் நினைக்க வேண்டும் என்கிறது. எதையெல்லாம் மீற வேண்டும் என நினைக்கிறோமோ, அதற்கெல்லாம் அடங்கிப் போக வேண்டுமென்கிறது. உண்மையிலே கலாச்சார போலித்தனத்தால் நாம் கட்டப் பட்டிருக்கிறோம். பன்னாட்டு மூலதனம் இப்பொழுது என்ன செய்கிறது என்றால், தான் எந்தெந்த நாடுகளிலெல்லாம் கொள்ளையடிக்கப்போகிறதோ அங்கெல்லாம் முதலில் பண்பாட்டு வன்முறையை ஏவுகிறது. வன்முறை என்றால் நமக்குத் தோன்றுவது கத்தி, கம்பு, ஏ.கே.47. ஆனால் பண்பாட்டு வன்முறை மிகவும் நுட்பமானது. இதற்கு உதாரணம் தரலாம் என நினைக்கிறேன். தினத்தந்தியிலே சுக்குக்கு என்ன பயன், மிளகுக்கு என்ன பயன், தூதுவளைக்கு என்ன பயன் என்று ஒரு சின்ன இடத்திலே போடுவார்கள். அதற்கு அவர்கள் தரும் பெயர் 'பாட்டி வைத்தியம்'. இதன் மரபுச் சொல் 'கை மருத்துவம்' அல்லது 'வீட்டு

மருத்துவம்.' இச்சொல்லுக்குரிய பாரம்பரியமான அறிவுத் தொகுதி என்னுடைய வீட்டிலேயே பிறந்த எல்லாப் பெண் பிள்ளைகளுக்கும் பங்கிடப்பட்டிருக்கிறது முந்தைய சமுதாயத்திலே! என் சகோதரிக்கும் என் மனைவிக்கும் என் மகளுக்கும் அதில் சிறுதுளி தெரியும். அதை பாட்டி வைத்தியம் என்று சொல்கிறார்களென்றால் அது ஒரு வன்முறையான சொல்லாடல். உங்கள் மேனியின் சிகப்பழகிற்கு என்று சொல்கிறார்களே? அதுவும் ஒரு பண்பாட்டு வன்முறைதான். அவ்வகையில் 'பாட்டி வைத்தியம்' என்ற சொல் ஒரு பண்பாட்டு வன்முறையாகும். ஏனென்றால், பாட்டி எப்படி சமகாலச் சமூகத்தோடு இயங்கிச் செல்ல முடியாதோ, அதுபோல இந்த மருத்துவமும் சமகாலச் சமூகத்தோடு இயங்கிச் செல்ல முடியாது. பாட்டி எப்படிப் பரிவோடு பார்க்கப்பட வேண்டியவளோ, அதுபோல இந்த மருத்துவமும் பரிவோடு பார்க்கப்பட வேண்டியது; அவ்வளவுதான்.

இது என்னுடைய வைத்தியம். அது பாரம்பரியமான வேர்களை என்னிடத்திலே கொண்டுவந்து சேர்த்திருக்கிறது. நாம் மிக ஆழமான வேர்களைக் கொண்ட ஆலமரம் போன்றவர்கள், நமது பண்பாட்டு வேர்கள் மிக வலுவானவை; நீளமானவை; மிகத் தொன்மையானவை. நம்மருகில் இருக்கும் ஆதிச்சநல்லூர்ப் பண்பாட்டிலிருந்து நமக்குச் சில செய்திகள் தெரிகின்றன. அந்த மக்கள் தாய்த் தெய்வத்தை வணங்கி யிருக்கிறார்கள். கி.மு. பத்தாம் நூற்றாண்டளவில் வெண்கலம் பயன்படுத்தி இருக்கிறார்கள். உலோகவியலில் அவர்களுக்கிருந்த அறிவு தொல்லியல் ஆய்வாளர்களுக்குப் பெரும் வியப்பைத் தருகிற செய்தி.

இந்தியாவினுடைய மற்ற பகுதிகளிலெல்லாம் இரும்புக்காலம் முடிந்து வெண்கலக்காலம் தொடங்குகிறது. ஆனால் இங்கு இரும்புக்காலம் தோன்றுகிறபோதே வெண்கலக்காலம் தோன்றி யிருக்கிறது. தொல்லியல் ஆய்வாளர்கள், இந்தியாவிலேயே இரும்பை உருக்குகிற தொழில்நுட்பம் தாமிரபரணிக் கரையைப் போல் எங்கும் சிறந்ததாக இல்லை என்கிறார்கள். வெண்கலம் என்ற கலப்பு உலோகத்தைச் செய்கிற முறைக்கு அவர்கள் பயன்படுத்திய உலைகள் நமக்குக் கிடைத்திருக்கின்றன.

அவர்கள் பயன்படுத்திய, உலோகத்தை உருக்கி ஊற்றுகிற சுடுமண் வாய்களை நானும் நண்பர் லேனா. குமார் போன்றவர் களும் வீரவநல்லூர்க்கருகில் கண்டுபிடித்திருக்கிறோம். அவர்கள் என்ன கலனை (உருக்குவதற்கான பாத்திரம்) பயன்படுத்தி னார்கள்? அவர்கள் என்ன எரிபொருளைப் பயன்படுத்தி னார்கள்? வெப்பம் பற்றிய அவர்களின் அறிவு என்னவாக இருந்தது? இவையெல்லாம் ஆராய்ந்து கண்டு பிடிக்கப்பட வேண்டியவையாகும்.

நம்முடைய முன்னோர்கள், நமக்கு நல்ல வீட்டை, நல்ல காற்றை, நல்ல மண்ணை, இவை எல்லாவற்றையும்விட இவை பற்றிய அறிவையும் விட்டுச் சென்றிருக்கிறார்கள். இதை உணரும்போதுதான் பண்பாடு பற்றிய அடையாளங்களைப் புரிந்துகொள்கிறோம்.

இந்தப் பின்னணியில் நாம் மருத்துவம் பற்றிப் பேசலாம். பண்பாட்டில் மருத்துவம் மட்டும் இல்லை; நம்முடைய இசை, கலை, நாடகங்கள், இலக்கியம், சிற்பம், சமயம், அந்தச் சமயம் சார்ந்த வாழ்வியல் விழுமியங்கள் இவையெல்லாம் சேர்ந்தது தான் பண்பாடு. மருத்துவம் என்ற சொல்லுக்குத் தமிழின் வேர்ச்சொல் "மரு". இச்சொல்லுக்குத் தமிழில் 'மணம்' என்று பொருள். இந்தச் சொல் எப்படி வந்திருக்கக் கூடும்? தாவரங்களை வகைப்படுத்துகிறபோது மனிதன் அந்த மணங்களிலிருந்துதான் வகைப்படுத்தியிருக்க வேண்டும். மருக்கொழுந்து என்றால் மணமுள்ள கொழுந்து என்று அர்த்தம். இந்த மணம் தாவரங்களில் மட்டுமல்ல, அசைகின்ற உயிர் உலகத்திற்குக் கூட உண்டு. உதாரணமாக, புனுகுப் பூனை.

எனவே இந்த 'மரு' என்ற சொல், தாவரங்களை மணங்களினாலே அறிவதில் இருந்துதான் வந்திருக்கும் என நினைக்கிறேன். எனவே உணவாகட்டும், மருந்தாகட்டும், தாவரங்கள் எனும் நிலை உயிரிகளை அவற்றின் மணத்தைக் கொண்டே அறிவதென்பது மிகவும் நுட்பமானது.

அறிவு என்பது எழுத்து மூலம் சார்ந்ததாகக் கருதக் கூடாது. அப்படிக் கருத வைத்தது ஐரோப்பிய மெய்காண் முறைமை. அதனால்தான் ஐரோப்பியர், எழுதத் தெரியாதவனெல்லாம் முட்டாள் என்று சொன்னார்கள். எழுதத் தெரியாத நம்

முன்னோர்களுடைய தாவரம் பற்றிய அறிவு பொய்யானதா? அவர்களுடைய மருந்து பற்றிய அறிவு பொய்யானதா? உலகம் பற்றிய அறிவு, அவர்களது வாழ்வியல் விழுமியங்கள் பற்றிய தன்னுணர்ச்சி பொய்யானதா?

அறிவு என்பது எழுத்து மரபு சார்ந்தது. எழுத்து வருபவனுக்குத்தான் அறிவு வரும் என்பது ஒரு பொய். எழுத்து பிறப்பதற்கு முன்னாலேயே அறிவு பிறந்தது. எழுதப்படிக்கத் தெரியாத ஒருவன், ஓர் அழகான சிற்பத்தை ஆக்க முடியும்; ஒரு நாற்காலியைச் செய்ய முடியும். இது எழுத்து மரபு பிறப்பதற்கு முன்னால் பிறந்த அறிவு. இதைத்தான் கார்ல் மார்க்ஸ் 'தொகுக்கப்படாத அறிவு' என்று சொல்வார்.

எப்பொழுது நீங்கள் எல்லாவற்றையும் புத்தகமாக/ பனுவலாக (மீமீஜ்மீஞுணீறீவீக்ஷீ) பண்ண விரும்புகிறீர்களோ, எழுத்து மூலம் கொள்ளை கொண்டு போய் 'இதுதான் இதுதான்' என்று சொல்கிறீர்களோ, அப்போது அது முடிந்துபோகிற விசயம். அ. மார்க்ஸ் கூறியது போல, சித்த மருத்துவ அறிவு ஏற்படுத்தப்பட்டதினாலே முடிந்துபோனது என்று நினைத்தால், நம்மைப்போல முட்டாள் யாரும் கிடையாது. ஏனென்றால் அண்டம் பற்றிய, பூமியைப் பற்றிய நமது அறிவு இன்னும் முழுமையானதல்ல. அறியப்படாத மனிதரைப் போல, அறியப்படாத தாவரங்கள், அறியப்படாத உயிரினங்கள் என நிறைய இருக்கின்றன. இவை பற்றிய அறிவு பெருகப் பெருக மனித வாழ்க்கை இன்னும் எளிமையாகும்; இன்னும் இனிமையாகும்.

எனவே இந்த எழுத்து மரபுக்கு முந்திய காட்டு வாழ்விலிருந்தும், மணத்திலிருந்தும் பெற்ற மருத்துவ அறிவு என்பது மணங்களைக் கொண்டு தாவரங்களை வகைப்படுத்திய அறிவுதான். மனித உடம்பிலிருந்தே மனிதன் நிறைய விசயங்களைக் கற்றுக்கொண்டான். வெட்டுகின்ற ஆயுதத்தை, குத்திக் கிழிக்கின்ற ஆயுதத்தை, அரைக்கின்ற ஆயுதத்தை இவற்றையெல்லாம் மனிதன் தன் பல்வரிசையிலிருந்தே தெரிந்துகொண்டான். தன்னை முழுமையான ஒன்றாகக் கருதி, தன்னிலிருந்தே கற்றுக்கொண்ட விசயம். இப்படித்தான் மருத்துவ அறிவு தொடங்கியிருக்கிறது.

மருத்துவ அறிவு ஏனைய அறிவைவிட கூர்மையானதாக இருக்க வேண்டும். "மருந்து ஆய்ந்து கொடுத்த அறவோன்" என்பது சங்க இலக்கியம். நோயாளிக்கு அவன் விருப்பப் பட்டதைக் கொடுக்காமல் ஆய்ந்து ஆய்ந்து மருந்து கொடுத் தானே, எனவே ஆராய்ச்சி இந்த மருத்துவ உலகிலிருந்துதான் தொடங்குகிறது.

மருந்து ஆய்ந்து கொடுத்த அறவோன் இது றிகூஷீஷீயீமீஉஉவீஷீஸீணீறீ ணிமீலீவீநீஉ என்று சொல்லக்கூடிய தொழில் சார்ந்த அறம். தமிழ்ச் சமூகத்தில் இது வேறு யாரையும்விட மருத்துவம் செய்பவருக்கே அவருடைய தொழில் சார்ந்த அறம் முன்னிலைப்படுத்தப் படுகிறது.

இந்த அறம் முன்னிலைப்படுத்தப்பட்ட காரணத்தினாலே தான் அரசுகள் எல்லாம் உருவாகிறபோது, சொத்துகளெல்லாம் பிறக்கிறபோது, ஆசைகள் உருவாகிறபோது மருத்துவத்தை ஒரு தொழிலாக, ஒரு முழுநேரப் பணியாக யாரும் கையிலெடுத் திருக்க மாட்டார்கள். எனவேதான் துறவிகளின் சித்த மரபுக்கு முன்னாலே இங்கே சமண மரபு என்று ஒன்று இருந்தது. நாமெல்லாம் ஒரு ஆயிரம் ஆண்டுகளுக்கு முன்னாலே, பிற்படுத்தப்பட்ட, தாழ்த்தப்பட்ட மக்களெல்லாம், சமணர்களாகத்தான் இருந்தோம். இன்றைக்கும் சமண மதத்தினுடைய தாக்கம் நம் வாழ்வில் உள்ளது. சமண மதம் நான்கே நான்கு விசயங்களைத்தான் வலியுறுத்தும். அந்த நான்கு என்னவென்றால்,

சோற்றைக் கொடையாகக் கொடுப்பது (அன்னதானம்)

கல்வியைக் கொடையாகக் கொடுப்பது (ஞானதானம்)

மருந்தைக் கொடையாகக் கொடுப்பது (ஔசத தானம்)

அடைக்கலம் கொடுப்பது (அடைக்கல தானம்)

இந்த நான்கையும் கழித்துவிட்டுப் பார்த்தால் அந்த 'யுனெஸ்கோ' என்ற அமைப்பே இல்லை.

கல்வியைக் கொடையாகக் கொடு, மருந்தைக் கொடையாகக் கொடு. இப்படிச் சொன்னது, உலகத்திலேயே சமண மதம் ஒன்றுதான். அது வேதத்தை எதிர்த்த மதம்; வைதீகத்தை நிராகரித்த மதம் என்பதை நினைவில் கொள்ள வேண்டும். அது திகம்பரத் துறவிகள் இருந்த மதம். அவர்கள் மருத்துவ

ஏடுகளைத் தவிர வேறு எதையும் கையிலே வைத்துக்கொள்ளக் கூடாது. அவர்கள் வாழ்ந்த குகைகளிலே குடிக்கத் தண்ணீர்க் குழி மட்டுமே உண்டு; குடிக்க டம்ளர்கூடக் கிடையாது. முழுநேர மருத்துவப் பணியாளராக, ஒரு நாளைக்கு ஒரு பொழுது மட்டும் சாப்பிட்டு, பட்டினி கிடந்த துறவிகள் இருந்தனர். இந்த மருத்துவம் இப்படித்தான் பாதுகாக்கப்பட்டு வந்தது. இப்படித்தான் இருந்தனர் அந்த மருத்துவ அறிஞர்கள். ஆனால் நாம் இன்று சொல்வதுபோல அசையும் உயிர்களெல்லாம் அந்த மருத்துவத்தில் கிடையாது. ஏனென்றால் அவர்கள் புலால் உண்ணாத நோன்பிகள் ஆவர். அதேபோல உலோகங்கள் சார்ந்த மருத்துவமும் அவர்களிடம் இல்லை. அவர்கள் முழுக்க முழுக்க மூலிகைகளைப் பயன்படுத்துகிற மருத்துவர்களாகவே இருந்தார்கள். இன்றைக்கும் அழிந்துவிட்ட சமணக் குகைகள் நெல்லை மாவட்டத்தில் இருக்கின்றன.

இந்த மதத்தை வீழ்த்திவிட்டு வைதீகம் வந்தது. பாண்டிய அரசு, சோழ அரசு என்ற இனக்குழுக்கள் கரைக்கப்பட்டு, பிற அரசுகள் உருவாகும்போது மருத்துவம் தொழிலாக ஆகிறது. அதுவரை மருத்துவனும் ஆசிரியனும் காசுபெறக்கூடாது. மருந்தும் விற்பனைக்குரிய பொருளன்று. மருந்து விற்பனைக்குரிய பொருளன்று என்ற எண்ணம் கி.பி.ஏழாம் நூற்றாண்டுவரை இருந்தது. 12, 13ஆம் நூற்றாண்டுவரை இன்னொரு நினைப்பும் இருந்தது. அது, சோறு விற்கக் கூடாது; நெல் விற்கலாம்; அரிசி விற்கலாம். வைதீகம் தமிழ்நாட்டை முழுவதும் வென்றெடுத்த பிறகே சோற்றுக்கட்டியினைச் சத்திரங்களில் விற்க ஆரம்பித்தனர். இருபதாம் நூற்றாண்டின் நடுப்பகுதிவரை தண்ணீர் விற்கக் கூடாத பொருளாக இருந்தது. இது நம் பண்பாடு.

எனவே, தமிழ்நாட்டில் அரசு இயந்திரம் உருவானபோது, வைதீகம் அதற்குக் குறுக்குவெட்டாகப் பாய்ந்தது. ஏனென்றால் அதுதான் அரசுக்கு உவப்பான சித்தாந்தமாகும். அப்பொழுது மிகப்பெரிய சமூக நிறுவனமாகக் கோயில் உருவானது. மாவட்ட ஆட்சித்தலைவரிடம் எவ்வளவு அதிகாரம் புதைந்துகிடக் கின்றதோ அவ்வளவு அதிகாரம் கோயிலிலே இருந்தது. கோயிலின் அதிகாரத்தி லிருப்பவர்கள்; நாம் என்ன சாதி, நாம்

எங்கே இருக்கலாம், எப்படி உடுத்தலாம் என்பனவற்றைத் தீர்மானித்தனர். மருத்துவத்தைச் செய்துவந்த சாதியினர் கோயிலுக்கு வெளியே நிறுத்தப்பட்டார்கள். (அன்றைய கணக்குப்படி பார்த்தால், குலம் அல்லது குடி; இன்றையக் கணக்குப்படி சாதி).

அதற்கு முன், அரசு உருவாகிறபோது அக்குடிகளின் நிலைமை என்ன என்று கேட்டால், உங்களுக்கு மிகவும் வியப்பாக இருக்கும். கி.பி.எட்டாம் நூற்றாண்டிலே மாறஞ் சடையன் என்கின்ற பாண்டியனுக்கு முதலமைச்சராக இருந்தவர் மருத்துவ சாதியைச் சார்ந்தவர். இவர் இறந்த பிறகு இவரது தம்பி முதலமைச்சராகிறார். இவர்கள் மானூருக்குப் பக்கத்திலே இருக்கிற களக்குடி எனும் ஊரைச் சார்ந்தவர்கள். இவரைப் பற்றியும் இவரது தம்பியைப் பற்றியும் பேசுகிற கல்வெட்டு மதுரை மாவட்டம் ஆனைமலை நரசிங்கப் பெருமாள் கோயிலில் இருக்கிறது. எனவே ஒரு காலத்தில் அரசனுக்கும் அரசதிகாரத்திற்கும் நெருக்கமாக மருத்துவர்கள் இருந்திருக்கிறார்கள்.

அதற்குப் பின், அரசதிகாரம் பெருகப் பெருக அரசுகள் பேரரசுகளாக மாற மாறக் கோவில்கள் துணை நிறுவனங்களாக ஆக, மருத்துவம் செய்கிற சாதி வெளியில் வைக்கப்பட்டது. அப்புறம் வைதீகம் அரசைக் கையிலெடுத்துக் கொண்டது. இன்றைக்கும் போல அன்றைக்கும் எழுதப்படாத அதிகாரம் அதன் கையிலே இருந்தது. மருத்துவக் காரணம் என்ற பெயரில் மருந்துப் பொருள்களின் மீது வரிவிதித்தனர் அரசர்கள். இது நம் பண்பாட்டில் ஏற்பட்ட மிகப்பெரிய மாற்றம்.

அ. மார்க்ஸ் சொன்னதுபோல, ஆக இரண்டு மேல்சாதியிலே யாரும் மருத்துவராகக் கூடாது, மருத்துவத் தொழில் செய்யக் கூடாது. ஏனென்றால் அவர்களுக்கு மற்ற எல்லாரும் தொடப்படாத சாதி. இந்தத் தொடப்படாத சாதிக்காரனுக்கு எப்படி உடம்பைத் தொட்டு மருத்துவம் செய்வது? எனவே மருத்துவர்கள் பட்டுத் துணியைப் போட்டு 'நாடி' பார்த்தனர்.

இன்னொரு செய்தி, சித்த மருத்துவத்தில் இரசவாதம் என்றும் ஆங்கிலத்திலே ணீறீநீலீமீனீஹ் என்றும் சொல்லப்படுவது. கீழ் உலோகங்களை உயர்ந்த உலோகங்களாக்கும் முறை

சொல்லப்பட்டுள்ளது. ஒரு பேரரசு உருவாகிறபோது அது பல நிகழ்வுகளைக் கண்கொத்திப் பாம்பாகக் கவனித்துக் கொண்டிருக்கும். அரசுகள் ஊீறீநீலீமீனீஹ் வளர்வதை விரும்பாது. ஏனென்றால், ஒருவன் இரும்பைத் தங்கமாக்குகிற நுட்பத்தைக் கண்டுபிடித்துவிட்டால், ஒரே நாளில் அந்த அரசாங்கத்தைக் கவிழ்த்துவிட முடியும். எனவே அரசு அதை விரும்பாது. எனவே இந்த அரசியல் உருவானபோது ஊீறீநீலீமீனீஹ் முழுமையாக அரசினாலே தடைசெய்யப்பட்ட ஒன்றாக இருந்தது.

சோழ அரசின் வீழ்ச்சிக்கு முக்கியமான காரணங்களில் ஒன்று, அடித்தள மக்களைச் சார்ந்து நிற்கிற வணிக குழுக்களை அது புறந்தள்ளியதாகும். இதனால் மக்களுடைய எதிர்ப்பு அரசுக்கு உருவானது. மக்களுடைய எதிர்ப்பை அணி திரட்டியவர்கள் சித்தர்கள். இவர்கள் நகர்ப்புறத்துக்கு வரவே இல்லை. எனவே இந்தச் சித்தர்களெல்லாம் கிராமப்புறத்துக்குப் போனார்கள். மருந்து அவர்களுக்கு ஒரு வலிமையான ஆயுதமாக இருந்தது. ஏனென்றால் மருத்துவனுக்கு மட்டும் எந்த நேரத்திலும், எங்கும் நடக்கின்ற உரிமையைச் சமுதாயம் அளித்திருந்தது. எனவே மக்களுடைய நம்பிக்கையை அவர்கள் பெற்றிருந்ததற்கு இந்த மருந்து எனும் ஆயுதம்தான் காரணம். சித்தர் மரபு வளர்ந்தபோதுதான் நஞ்சை மருந்தாகப் பயன்படுத்தக் கூடிய முறை பிறந்தது. அதற்கு முன் அது இருந்ததாகத் தெரியவில்லை சித்தர்களையும் மக்களையும் இணைத்தது மருந்து.

நாங்கள் கல்லூரியில் படித்துக்கொண்டிருக்கிற காலம் வரைக்கும் சித்தர்களின் இலக்கியத்தை மதிக்கவேமாட்டார்கள். "ஆச்சு போச்சுன்று பாட்டு எழுதியிருக்கான். இதை கல்லூரி பிள்ளைகளுக்குச் சொல்லிக் கொடுக்க முடியுமா?" என்பார்கள். இப்பொழுதுதான் கலக மரபு சித்தர்கள் என்று சொல்லி சித்தர் பாடல்களைக் கொஞ்சமாவது வைத்திருக்கிறார்கள்.

மிகச்சில ஏடுகள் தவிர, 19ஆம் நூற்றாண்டிலே மக்களிடம் மனப்பாடமாக இருந்ததைப் பெற்றுத்தான் பெரும்பாலான சித்தர் பாடல்களை அச்சிட்டுவந்தார்கள். அதனாலேயே அதில் சில தவறுகள் எல்லாம் இருந்தன. ஆயிலைத் (ஷீவீறீ) தடவுவாய் என்றெல்லாம் பாட்டிருக்கிறது. இந்த ஏடுகளெல்லாம்

திருவாவடுதுறை மடத்திலேயோ, தருமபுரம் மடத்திலேயோ, குன்றக்குடி மடத்திலேயோ இருக்காது. இங்கெல்லாம் சங்க இலக்கியமிருக்கும். தேவாரம் இருக்கும். திருவாசகம் இருக்கும். ஆனால் மருத்துவ ஏடுகள் இருக்காது. ஏனென்றால் இவை மக்களிடமிருந்து பெறப்பட்டுத்தான் பதிப்பிக்கப் பெற்றன. இதற்குத் திருந்திய பதிப்பு கொண்டு வருவதற்கு ஒரு உ.வே. சாமிநாதய்யர் கிடைக்கவில்லை. ஏனென்றால் மடங்களில் பாதுகாக்கப்படவில்லை. வை

ஆங்கிலம் தெரிந்தால் எல்லாம் தெரிந்துவிடும் என்கிற ஒரு கலாச்சார போலித்தன்மை நம் முதல் எதிரி. இந்தப் போலித்தன்மையை முதலில் உடைக்க வேண்டும். இதை ஒரு வன்முறையாகக் கொண்டு வருகிறார்கள்.

நான் முதலிலேயே கூறியபடி, இந்த "பாட்டி வைத்தியம் என்ற சொல் ஒரு வன்முறை". நம்முடைய பாரம்பரியமான வேர்களை எல்லாம் அழித்தால்தான் (பண்பாடு என்பது ஆணிவேராகவும், பக்கவேர்களாகவும், சல்லி வேர்களாகவும் அமைந்தது. இதை அறுத்து எறிந்தால்தான்) பன்னாட்டு முதலாளிகளுக்கு எதையும் சந்தைப்படுத்த முடியும். எனவே ஆங்கில மருத்துவம் வருகிறபோதே அதிகாரத்தோடு வருகிறது. எதுவரைக்கும் அதிகாரத்தோடு வந்தது என்று கேட்டால் 1920 வரைக்கும் கீழ்சாதிக்காரர்கள் யாருமே மருத்துவராக முடியாது. அதுவரை மருத்துவக் கல்லூரியிலே சேர வேண்டுமானால் குறைந்தபட்சம் சமஸ்கிருதம் தெரிந்திருக்க வேண்டும் என்ற விதி இருந்தது.

ஆங்கில மருத்துவம் படிப்பதற்கு இது ஒரு முன் நிபந்தனை, இன்று பிற்படுத்தப்பட்ட, மிகவும் பிற்படுத்தப்பட்ட, தாழ்த்தப்பட்ட என்றெல்லாம் சொல்கிறோமே, இந்தச் சாதிகளிலே எத்தனை பேருக்கு அன்றைக்கு சமஸ்கிருதம் தெரிந்திருக்கும்? 1920இல் பனகல் அரசரின் நீதிக்கட்சி அமைந்த பிறகுதான் அந்த ஆணையை நீக்கினார்கள். அதுவரை ஆங்கில மருத்துவம் என்பது மேல் சாதி அதிகாரத்தோடு கட்டப் பட்டிருந்தது. அதிகாரம் என்பதே இங்கு சாதி வழியாக கட்டப் பட்டது. நம்மால் இன்றைக்கும்கூட அதை முழுமையாக உடைத்து எறிய முடியவில்லை.

சித்த மருத்துவம் நோயாளியை மதிக்கின்ற மருத்துவ முறையாகும்.

உற்றவன் தீர்ப்பான் மருந்து உழைச்செல்வான்

மற்றிந்தாற் கூற்றே மருந்து

என்பது வள்ளுவர் கண்ட மருத்துவ நெறியாகும்.

நோயாளி மதிக்கப்பட வேண்டியவன். நோயாளிகளிடமிருந்து மருத்துவர் கற்றுக்கொள்ளக் கூடிய விசயங்களும் இருக்கிறது. ஆங்கில மருத்துவம் நடைமுறையில் அதை ஏற்றுக்கொள்வதில்லை. மருத்துவரிடம் நோயாளி ஒரு கேள்வி கேட்டால் நோயாளியை ஆங்கில மருத்துவர் மதிப்பதில்லை. எனவே நோயாளி மதிக்கப்பட வேண்டியவன், அவனிடமிருந்து கற்றுக்கொள்ள விசயம் இருக்கிறது என்பதையும் நிராகரிக்கிறது அந்த மருத்துவம்.

இயல்பான நிகழ்வுகளை, இல்லாத நோய்களை எல்லாம் கண்டுபிடிக்கிறார்கள். எப்படி? பிரசவம் ஓர் இயல்பான நிகழ்வு. கருக்கொண்டிருக்கிற பெண்ணை ஓர் ஆங்கில மருத்துவரிடம் அழைத்துப்போனால் அந்தப் பெண்ணை மருத்துவர் ஒரு நோயாளியாகவே பார்க்கிறார். அப்படித்தான் அந்த மருத்துவமுறை, ணிஞுகூநீஷீஜீமீணீஸீ ணிஜீவீஉமீஷீனீஷீறீஷீரீஹ் அவருக்குக் கற்றுக் கொடுத்திருக்கிறது. அவரையறியாமலே அந்த மருத்துவ முறைக்கு அடிமையாய் இருக்கிறார். கருக்கொண்ட பெண்ணை நோயாளியாகப் பார்ப்பது மாபெரும் தவறு. கருக்கொள்ளுதல் இயல்பான நிகழ்வு. அது எப்படி நோயாகும்? மருத்துவர்கள் இல்லாமலேயே காலம் காலமாக எத்தனையோ மகப்பேறுகள் நடந்திருக்கின்றனவே.

கருக்கொண்டு நான்கு மாதமான பெண் ஆங்கில மருத்துவரிடம் போகும்போது, "வயித்துல பிள்ளை எப்படி இருக்கிறதோ" என்று நினைத்துக்கொள்கிறாள். திரும்பிவரும் போது 'குழந்தை' என்ற சொல்லை மறுத்துவிட்டு 'தீணீதீஹ்' என்ற சொல்லோடு வருகிறாள். இங்கு கொள்ளை அடிக்கப்பட்டது நம்முடைய மட்டுமல்ல, நம்முடைய கலாச்சாரம்; நம்முடைய மொழி. காசு மட்டுமல்ல, நம்முடைய கலாச்சாரம்; நம்முடைய மொழி.

பார வண்டி செய்கிற ஆசாரிக்கு அதனைப் பற்றி முழுமையான அறிவு உண்டு. என்ன மரத்தில் செய்ய வேண்டும், என்ன பட்டை போட வேண்டும், எவ்வளவு பாரம் தாங்கும், பட்டையினுடைய கனம் என்ன என்று பொருள் பற்றிய முழுமையான அறிவு உண்டு. பொருளுற்பத்தி பற்றின இந்த முழுமையான அறிவு வேலைப்பிரிவினை (ஞிவீஸ்வீவீஷீஸீ ளியீ லிணீதீஷீஜுகூஷ்), சிறப்புப் பயிற்சி (ஷிஜீமீநீவீணீறீவீஉணீமீவீஷீஸீ) இவற்றால் பாதிக்கப்பட்டுள்ளது.

மருந்து பற்றிய முழுமையான அறிவு ஆங்கில மருத்துவர் களுக்குக் கிடையாது. மருத்துவப் பிரதிநிதிகள் போய் மருத்துவரிடம் விளக்கிச் சொன்னால் உண்டு. பொருள் பற்றிய முழுமையான அறிவு இருக்கக் கூடாது என்பதிலே தெளிவாக இருக்கிறது; உலகமயமாக்கலுக்குப் பின்னணியில் இருக்கிற பன்னாட்டு மூலதனம்.

நமக்குக் காய்ச்சல் வருகிறது. நம்முடைய பாட்டி வீட்டிலே இருக்கிற சுக்கு, மிளகு இன்னும் சில பொருட்களை இன்னின்ன விகிதத்தில் என்று கலந்து குடிநீரிட்டுத் தருகிறார். இரண்டு நாட்களில் சரியாகவில்லையா? நிலவேம்பைச் சேர்த்துக்கொடு என்கிறார். பிணி பற்றிய அறிவு, எடுத்துக்கொள்ளக்கூடிய மருந்துப் பொருட்களைப் பற்றிய அறிவு நம்முடைய பாட்டிக்கு இருக்கிறது அவளே மருத்துவராக இருக்கிறார், அவரே ஜீலீணீகூஷீனீணீநீலிஷீறீஷீரீவீஉமீ ஆக இருக்கிறார்; அவரே நர்சாகவும் இருக்கிறார்.

நம்மிடமிருந்த பொருள் பற்றிய இந்த அறிவைக் கொன்றழித்தது யார், இதை மீட்டெடுப்பது யார், மீட்டெடுப்பது எப்படி என்பது நம்முன்னுள்ள கேள்வி.

இந்தப் பாரம்பரியமான அறிவுத் தொகுதி, மருத்துவத் துறையில் மட்டுமன்று எல்லாத் திசைகளிலும் கொன்றழிக்கப் படுகிறது என்பதைத்தான் நான் சொல்ல விரும்புகிறேன்.

ஏனென்றால் வெப்பமண்டலம் பற்றிய அல்லது அண்டத்தின் இந்தப் பகுதியைப் பற்றிய அறிவை உள்வாங்கிக்கொண்ட மருத்துவமோ இலக்கியமோ இசையோ இருந்திருக்க வேண்டுமல்லவா? இவையனைத்தும் இல்லாமல் போனதற்கான

காரணம், இந்த மூலதனத்தினுடைய உள்ளார்ந்த சுரண்டல் தன்மை ஆகும். அப்படியென்றால் இதற்கு எதிராக நாம் என்ன செய்ய வேண்டும்?

நம்முடைய முன்னோர்கள் சமூகப் பொறுப்புடையவர்கள் என்பதினால்தான் நமக்குச் சுத்தமான தாமிரபரணி நீரை விட்டுச் சென்றிருக்கிறார்கள். அவர்கள் சமூகப் பொறுப்பு டையவர்கள் என்பதினாலேதான் வயல்களிலே இரசாயன உரங்களை இடாமல், இயற்கை வளத்தை அப்படியே நம்கையில் தந்துவிட்டுப் போனார்கள். நாம்தான் ஃபாக்டம்பாசையும் யூரியாவையும் போட்டோம்; பூச்சி மருந்துகளைத் தெளித்தோம்.

சிஷூறீமீஷூகூஷிணீறீ ளிஉனீஷீஉஷீஉ என்று சொல்லுவார்கள். ஒரு நல்ல உதாரணம் சொல்ல வேண்டுமென்றால், தமிழ்நாட்டில் கோதுமை விளையாது. ரொட்டி கோதுமையில் செய்யப்படுகிற உணவு. ரொட்டியை ஐரோப்பியர் கொண்டுவந்தனர். ரொட்டி மட்டுமல்ல கேக், மக்ரூன் என இன்னும் என்னென்னவோ கொண்டு வந்தனர். இந்த ரொட்டியை மட்டும், பிரசவித்த பெண்ணின் றிஷீஉமீணீறீ ஸீணீமீணீறீ உணவாக மாற்றிக்கொண்டார்கள் இல்லையா? அதற்குப் பெயர்தான் சிஷூறீமீஷூமீணீறீ ளிஉனீஷீஉஷீஉ கலாச்சாரத் தகவமைவு. இது நம் கலாச்சாரத்தின் பலமான அம்சம்; இதையெல்லாம் நாம் இழந்துகொண்டிருக்கிறோம் என்ற கவலையினை, அக்கறையினை, நாம் பெற்றால்தான் நம்முடைய பாரம்பரியமான மருத்துவத்தை, நாளைய தலைமுறையின் தேவைக்கு ஏற்றதாக நம்மால் சீரமைக்க முடியும் எனக் கருதுகிறேன்.

இது நம் பண்பாட்டிலிருந்து நாம் கற்றுக்கொண்ட தாகும். கிடைக்கிற எல்லா புதிய அனுபவங்களையும் கொண்டு தனக்குத்தானே தகவமைத்துக்கொள்வது நம் பண்பாட்டின் பலம்.

15/06/2005 அன்று
Siddha Rest *05* விழாவில் நிகழ்த்திய உரை.
சாளரம் இலக்கிய மலர் 2008

—

பெயரிடுதல் என் சுதந்திரம்

கடந்த இருபது நூற்றாண்டுகளாக எவ்வெவ்வகையில், எவ்வெவ்வாறு எல்லாம் மனிதர்களுக்குப் பெயரிட்டு வழங்கினர் என்பதைக் காலவாரியாகக் காண்பது சுவையும் பயனும் தரும் முயற்சியாகும். ஒரு சமூகத்தின் ஆசைகளும் கடந்தகால நினைவுகளும் எதிர்பார்ப்புகளும் அழகுணர்ச்சியும் நம்பிக்கையும் மனிதப் பெயரிடும் வழக்கத்தில் பொதிந்து கிடப்பதைக் காணலாம்.

இருபதாம் நூற்றாண்டுத் தமிழர்களின் பெயர் வழக்குகளில் காணப்படும் கூறுகளை முதலில் வரிசையிட்டுப் பார்க்க வேண்டும். தெலுங்கு, கன்னடம், மலையாளம், சௌராட்டிரம் ஆகிய மொழிகளைப் பேசும் மக்கள் தமிழகத்தில் குடி புகுந்ததனால் ஏற்பட்ட செல்வாக்கு ஒருபுறம் என்றால், வேதங்கள், இதிகாசங்கள், புராணங்களை உயர்த்திப் பிடிக்கும் பார்ப்பனியச் செல்வாக்கு இன்னொருபுறம்; தேசிய, திராவிட, பொதுவுடைமை இயக்கங்களின் செல்வாக்கு மற்றொரு புறம். இவற்றோடு பத்திரிகைகள், வானொலி, தொலைக்காட்சி ஆகியவை ஸ, ஜ, ஷ, ஹ, ஸ்ரீ ஆகிய ஒலிகளின் மீது ஏற்படுத்தி வைத்திருக்கும் போலிக் கவர்ச்சி, கிறித்துவமும் ஆங்கிலமும் கலந்து ஏற்படுத்திய தூய ஆங்கில அல்லது புதிய தமிழ்ப் பெயராக்கங்கள் என இக்காலத் தமிழரின் பெயரிடும் மரபு வேடிக்கைக் கோலங்கள் பலவற்றைக் காட்டி நிற்கிறது. இந்த வேடிக்கைக் கோலங்களுக்கு நடுவில் கண்ணன், குமரன், முருகன், சாத்தன் ஆகிய மிகச்சில பெயர்களை மட்டும் தமிழர்கள் தம் மக்களுக்குத் தொடர்ந்து இட்டு வழங்குவது வியப்புக்குரியது.

கி.பி. 17ஆம் நூற்றாண்டுவரை தமிழ் மக்களின் இயற்பெயர்கள் பெரும்பாலும் நான்கு அல்லது ஐந்து எழுத்துப் பெயர்களாகவே இருந்து வந்துள்ளன. அரசியல், சமூகம், ஆன்மிகம் ஆகிய துறைகளில் செல்வாக்குப் படைத்தவர்களை இயற்பெயர் இட்டு வழங்குவது மரியாதைக் குறைவு என்ற எண்ணமும் பல

நூற்றாண்டுகளாகத் தமிழர்களுக்கு இருந்துள்ளது. ஏறைக்கோன், மலையமான், ஆவூர்கிழார், கோவூர்கிழார், அரிசில்கிழார், இளங்கோ, ஆருரன், கழுமலவூரன், வாதவூரடிகள், பெரியாழ்வார் முதலிய பெயர்களை இதற்குச் சான்றாகக் காட்டலாம்.

பக்தி இயக்கமாக எழுச்சிபெற்ற சைவமும் வைணவமும் தமிழர்களின் பெயரிடும் மரபைத் தலைகீழாக மாற்றின. அரசியல் அதிகாரத்தில் இருந்தவர்கள் விசயாலயன், ஆதித்தன், பராந்தகன், உத்தமன், இராசராசன், இராசேந்திரன், குலோத்துங்கன், விக்கிரமன் என்று வடமொழிப் பெயர்களைத் தங்களுக்குச் சூட்டிக்கொண்டு மகிழ்ச்சியடைந்தனர். கி.பி. 7ஆம் நூற்றாண்டு முதல் பெருகி வளர்ந்த பார்ப்பனியத்தின் செல்வாக்கிற்கு இந்தப் பெயரிடும் மரபுகளும் சான்றுகளாக நிற்கின்றன.

மற்றொரு புறத்தில் திருமுறைகளும் பாசுரங்களும் ஊட்டிய மொழி உணர்ச்சி மக்கள் பெயரிடும் மரபிலும் எதிரொலித்தது குறிப்பிடத்தக்கது. எடுத்த பாதம், மழலைச் சிலம்பு, நீறணி பவளக்குன்றம், உய்யநின்று ஆடுவான், கரியமால் அழகன், கரிய மாணிக்கம் எனத் தேவாரமும் ஆழ்வார் பாடல்களும் மக்கள் பெயர் வழக்குகளில் பதிவாயின. ஆவூர்மூலங்கிழார், ஏணிச்சேரி, முடமோசியார் என ஊர்ப்பெயர் சாத்தி வழங்கும் மரபு வளர்ந்து தெய்வத் திருத்தலங்களின் பெயரையே மக்கள் பெயராக இடும் மரபு இக்காலத்தில்தான் உருவானது. ஐயாறன், ஆருரன், திருமாலிருஞ்சோலை, கயிலாயன் எனத் திருத்தலப் பெயர்களை இடும் இந்த மரபும் காசி, திருப்பதி, பழநி, குற்றாலம், சிதம்பரம் என இன்றுவரை தொடர்ந்து வருவதைக் காண முடியும்.

சங்ககாலத்திலிருந்து இரண்டாயிரம் ஆண்டுகளாகத் தொடர்ந்து இடம் பெற்றுவரும் பெயர்வழக்குகளாகப் பார்த் தால் கண்ணன், குமரன், சாத்தன் (சாத்தையா, சாத்தப்பன்), நாகன் (நாகப்பன், நாகராசன், நாகம்மாள்), மருதன் (மருதையன், மருதப்பன், மருதமுத்து) ஆகியவற்றைக் குறிப்பிடலாம்.

அதேபோல் தமிழகத்தில் குறைந்தது ஐந்து நூற்றாண்டுக் காலம் செழித்து வளர்ந்திருந்த சமண, பௌத்த மதங்களின்

செல்வாக்கும் தமிழ் மக்களின் பெயர்களில் இன்றளவும் தங்கியுள்ளது. குணம் என்ற முன்னடையோடு கூடிய பெயர்களும் பாலன் என்ற பின்னடையோடு கூடிய பெயர்களும் சமணக் கல்வெட்டுகளில் மிகுதியாகக் காணப்படுகின்றன. குணசீலன், குணசேகரன், குணபாலன், தனசீலன், தனபாலன், சத்யபாலன் ஆகிய பெயர் வழக்குகள் சமணத்தின் தொல்லெச்சங்களாகும். நாகேந்திரன், ஜீவேந்திரன் ஆகிய பெயர் வழக்குகளும் அவ்வாறே வந்தன. சாத்தனார், சாத்தையா என்னும் பெயர்களில் இன்றுவரை வணங்கப்பெறும் தெய்வங்களும் சமணமதத்தின் சிறு தெய்வங்களேயாகும். தர்மராஜன் என்ற பெயரும் அர்ச்சுனன் என்ற பெயரும் பாண்டவர்களைக் குறிப்பதல்ல. தர்மராஜன் என்ற பெயர் புத்தருக்கு வழங்கிய பெயராகும். அப்பர் தேவாரத்தில் இந்தப் பெயர் மார்க்கண்டனுக்கும் கூறப்படுகிறது. புத்தம், தம்மம், சங்கம் என்பது பௌத்தர்களின் மும்மைக் கோட்பாடாகும். அதேபோல் அர்ச்சுனன் என்ற பெயர் மருதன் என்ற தமிழ்ப் பெயரின் வடமொழிப் பெயர்ப்பேயாகும்.

தென்மாவட்டங்களில் இப்பொழுதும் வழங்கும் பெயர்களில் சோணை என்ற முன்னடைப் பெயரைப் பரவலாகக் காணலாம். சோணைமுத்து, சோணாசலம் என்பதாக இவை அமைகின்றன. 'பொன்' என்று பொருள்படும் பாலிமொழிச் சொல்லான 'சோனா' என்பதே இது. பாடலிபுத்திரத்தில் ஓடும் நதியினைச் சோனை (பொன்னி) நதி எனச் சங்க இலக்கியம் கூறும். 'தம்ம, அத்த' எனவரும் பாலிமொழிச் சொற்கள் வடமொழிகளில் 'தர்மம், அர்த்த' என்று வழங்கும். அதுபோலவே 'சோண' எனவரும் பாலிமொழிச் சொல் சுவர்ண சொர்ண (தங்கம்) என ஒலிமாற்றம் பெற்று வந்துள்ளது. சோணைமுத்து என்ற பெயருக்குத் 'தங்கமுத்து' என்று பொருள். சோனாச்சலம் என்றால் 'தங்கமலை' என்று பொருள். அதேபோல் மண்ணாங் கட்டி, அகோரம், ஆபாசம், அமாவாசை, பிச்சை முதலிய பெயர்கள் மந்திர நம்பிக்கையின் அடிப்படையில் பிறந்தவை. குழந்தைகளைத் தீய ஆவிகள் அண்டாது என்ற நம்பிக்கையில் இவை விரும்பி இடப்படுகின்றன. இந்த நம்பிக்கை ஒடுக்கப்பட்ட சாதியரிடத்தேதான் வலுவாக இருக்கின்றது என்பது குறிப்பிடத்தக்கது.

ஒடுக்கப்பட்ட மக்களிடத்தில் பரவலாக வழங்கும் பெயர்களாக இன்றும் சிலவற்றை அடையாளம் காண்கிறோம். பலவேசம், கழுவன், விருமன், ஒச்சன், சுடலை, பேச்சி, பிச்சை, ஆண்டி முதலியவை பெரும்பாலும் சிறுதெய்வப் பெயர்களை ஒட்டி அமைந்தவை. இவை அரசியல் அதிகாரத்தால் ஒடுக்கப்பட்ட மக்களிடத்தில் மட்டுமே வழங்கப்பெறும் பெயர்களாகும். அதாவது இவை 'கீழோர் மரபு சார்ந்த பெயர்களாக அறியப்படும். பெருந்தெய்வங்களின் பெயர் களையோ பெரியசாமி, ராஜா என மேன்மைசுட்டும் பெயர்களையோ ஒடுக்கப்பட்ட சாதியினர் தம் பிள்ளைகளுக்கு இட முடியாதவாறு பண்பாட்டு ஒடுக்குமுறை நிலவிய காலம் அது. மேல்சாதியினர் அவர்களை வேலை ஏவும்போது இந்தப் பெயர்களால் அழைப்பது தங்களுக்குக் 'கௌரவக் குறைவு' என்று கருதினர். இவ்வகையான பெயர் வழக்குகளும் அடையாளங்களும் 15ஆம் நூற்றாண்டுவரை இலக்கியங்களிலோ கல்வெட்டுகளிலோ காணப்படவில்லை. வரலாற்றுப்போக்கில் பெயரிடும்முறையில் மேலோர், கீழோர் என்னும் பிரிவுகள் 15ஆம் நூற்றாண்டில் பிறந்த விஜயநகரப் பேரரசு என்னும் இந்து சாம்ராஜ்யத்தினால் விளைந்தவை. அவர்கள் வந்தபிறகு விஸ்வநாதன், திருமலை முதலிய பெயர்கள் வந்தன. இன்றும் பரவலாக இப்பெயர்கள் இடப்படுகின்றன. ஆங்கிலேயர்கள் எவ்வாறு ராபர்ட்சன், ஜான்சன் என 'சன்' பெயர்களைப் பின்னடையாக இடுகின்றனரோ, அதேபோல் தமிழர்களும் கண்ணப்பன், முத்தப்பன் என 'அப்பன்' பெயர்களைப் பின்னடையாக இடும் வழக்குகள் உள்ளன. ஆனால் அவர்களைப்போல் குடும்பப் பெயர்களை இடும் வழக்கு நம்மிடம் இல்லை. தஞ்சாவூர் பகுதி கள்ளர் மக்களிடையே மட்டுமே அந்த வழக்கு இருந்துவருகிறது.

இந்துக் குடும்பங்கள் இன்றும் கிறித்துவப் பெயர்களை இடும் வழக்கத்தை வைத்துள்ளன. உதாரணத்திற்கு அந்தோணி யம்மாள், ஆரோக்கியம்மாள் என பெயர் வைத்துக்கொண்டு இந்துக்களாகவே உள்ளனர். அதே நேரத்தில் முன்பு முஸ்லிம்கள் இந்துப் பெயர் வழக்குகளைப் பயன்படுத்தினர். உதாரணத்திற்கு ராஜாமுகம்மது, முத்துமுகம்மது எனப் பெயர்கள் வைத்துள் ளனர். தற்போது இந்தப் பெயர்கள் பரவலாக வைக்கப்படு வதில்லை. கத்தோலிக்கக் கிறித்துவர்களும் அருள், மலர் என

தமிழ்ப் பெயர்களைத் தற்போது இடுகின்றனர். இன்று மக்கள் இஷ்டப்படி படமொழிப் பெயர்களை இட்டு வருகின்றனர். ஷ, ஜ, ஸ என ஒலிகள் வருவதுபோல் பெயர்களை வைக்கின்றனர். இது ஓர் ஏமாளித்தனமே தவிர வேறில்லை. அதேபோல் எண் ஜோதிடம் பார்த்துப் பெயரிடும் அபத்தமான வழக்குகளும் இன்று தமிழர்களிடத்தில் பரவலாகியுள்ளது.

என்னைப் பொருத்தவரை பெயர் இடுதல் என்பது சுதந்தரமான ஒரு விஷயம். எனது பேர்த்திக்கு 'மதுரா' எனப் பெயர் சூட்டியுள்ளனர்; அவர்கள் டெல்லியில் இருப்பதால் அவ்வாறு பெயர் வைத்துள்ளனர். நமக்கு ஊர்ப்பெயர் இடுவது வழக்கமான ஒன்றுதான். ஆனால் அந்தப் பகுதியில் உள்ளவர்களுக்கு அப்பெயர் புதிதாக இருக்கிறது.

த சண்டே இண்டியன்

நில அபகரிப்புப் பண்பாடு

தமிழகத்தின் மிகத் தொன்மையான ஊர்களில் ஒன்று திருக்கோவிலூர். இவ்வூர் தென்பெண்ணை ஆற்றின் கரையில் அமைந்துள்ளது; வள்ளல்களில் ஒருவனான மலையமான் திருமுடிக்காரியின் தலைநகரம். சங்க இலக்கியத்தில் இதற்குக் கோவனூர் என்று பெயர். இந்நகரத்தை அதியமான் அவரிடமிருந்து கைப்பற்றினான். அதனைப் பரணர் பாடியுள்ளார். இச்செய்தியை அவ்வையார் தன் புறநானூற்றுப் பாடலில் குறிப்பிடுகிறார்.

அன்றும்

பரணன் பாடினன் மற்கொல் மற்று நீ

முரண்மிகு கோவனூர் நூறிநின்

அரண்டு திகிரி ஏந்திய தோளே

என்பது ஔவையாரின் புறப்பாடலாகும்.

சங்ககாலப் புலவராகிய கபிலர் தென்பெண்ணை ஆற்றங் கரையிலுள்ள பாறையொன்றின் மீது அமர்ந்து உண்ணா விரதம் இருந்து உயிர் நீத்தார் என்பது அக்கால வழக்காகும். இதனை முதலாம் இராசராச சனுடைய கல்வெட்டொன்றும் பதிவு செய்துள்ளது.

வருபுனல் பெண்ணை

தென்கரையுள்ளது தீர்த்தத் துறையது

தெய்வக் கவிதை செஞ்சொற்கபிலன்

மூரிவண தடக்கைப் பாரிதன் அடைக்கலப்

பெண்ணை மலையற்கு உதவி பெண்ணை

அலைபுனல் அழுவத்து அந்தரிக்சம் செல

மினல் புகும் விசும்பின் வீடுபேறு எண்ணிக்

கனல் புகும் கபிலக் கல்லது!

என்று குறிப்பிடுகின்றது, அப்பாடல் வடிவிலான கல்வெட்டு.

இன்னமும் ஆற்றின் நடுவேயுள்ள பெரும் பாறையினை அவ்வூர் மக்கள் கபிலக்கல் என்றே குறிப்பிடுகின்றனர்.

முப்பது ஆண்டுகளுக்கு முன்னர் தமிழ்நாடு அரசின் தொல்லியல் துறையினர் இவ்வூரில் ஆய்வுசெய்து, சங்ககாலக் குடியிருப்புத் தடயங்களை வெளிப்படுத்தினர். நீர் வடிகால் போன்ற சுடுமண் குழாய்களைக் கண்டுபிடித்தனர். இந்தத் திருக்கோவிலூர் நூற்றெட்டு வைணவத் திருத்தலங்களில் ஒன்றாகும்.

பொற்புடைய மலையரையன் பணிய நின்ற பூங்கோவலூர்

தொழுது போற்று நெஞ்சே

என்று பாடுகின்றார் திருமங்கை ஆழ்வார். இவ்வூரிலுள்ள திருமால் கோவில் இறைவனின் பெயர், உலகளந்த பெருமாள் ஆகும். இது குறித்துச் சுவையான கதையொன்று வைணவ மரபில் வழங்கி வருகிறது.

முதலாழ்வார்கள் காலத்தில் மழையும் குளிருமான இராப்பொழுதொன்றில், ஒரு வீட்டின் புறத்தேயுள்ள இடைகழியில் (திண்ணையில்) அடியார் ஒருவர் வந்து தங்கினார். சற்றுநேரம் கழித்து மற்றொருவர் வந்து 'நானும் உள்ளே வரலாமா' என்று கேட்கிறார். இங்கே 'ஒருவர் படுக்கலாம்; இருவர் இருக்கலாம், மூவர் நிற்கலாம்' என்று அவரையும் சேர்த்துக்கொள்கின்றார். இன்னும் சற்றுநேரம் கழித்து, இந்த மூவருக்கும் நடுவில் நான்காவதாக ஒருவர் புகுந்துவிட்டார். இடநெருக்கடியினாலே திணறிய மூவரும் உள்ளே புகுந்த நான்காமவரை இருட்டிலே கண்டறிய முடிய வில்லை. மூவரும் ஆளுக்கொரு பாசுரம் பாடிய 'மூவருமே முதலாழ்வார்கள்' எனப்படும் பொய்கையாழ்வார் பூதத்தாழ்வார், பேயாழ்வார் ஆகிய மூவரும் ஆவர்.

இக்கதையினை இழை இழையாகப் பிரித்துக் காண வேண்டும். அந்த இடைகழி முதலில் வந்த மூவருக்கும் உரிமை யானதல்ல; வல்லடியாக உள்ளே புகுந்த நான்காமவருக்கும் உரிமையானதல்ல. கடைசியில் அந்த இடம் அவ்வூரின் உலகளந்த பெருமாளுக்கு உரிமையாயிற்று. இது எப்படி நியாயமாகும்?

வைணவம் இதை நியாயப்படுத்த ஒரு கதையினைக் கற்பித்தது. முன்னொரு காலத்தில் மாவலி என்ற மன்னன் உலகிலுள்ள நிலம் முழுவதும் தமக்கே சொந்தமென்று இறுமாப்புடன் வா வாழ்ந்து வந்தான். அவனது செருக்கை அடக்க நினைத்த பெருமாள், வாமனன் என்னும் குள்ள வடிவில் (பிராமணனாகி) சென்று, தவம் செய்வதற்கு மூன்றடி நிலம் வேண்டுமென்று கேட்டார். மாவலியும் தருவதற்கு உடன்பட்டான். உடனே வாமனனாக வந்த திருமால், அந்தத் திருமேனியைக் காட்டினார். விண்ணளவு உயர்ந்த திருமேனியினால், தனக்கு வேண்டிய நிலத்தை எடுக்க முயன்றார். மாவலியின் நிலம் முழுவதையும் இரண்டடியால் அளந்து முடித்துவிட்டார். மூன்றாவது அடி நிலத்துக்காகத் தூக்கிய திருவடியை எங்கே வைப்பது என்று மாவலியைக் கேட்டார். அவன் ‘என் தலைமீது வையுங்கள்’ என்றான். அவன் தலைமீது வைத்து அழுத்தினார்; அவன் காணாமல் போனான். உலகம் முழுவதும் திருமாலுக்குச் சொந்தமாயிற்று. குள்ளப்பூதமாக நிலம் கேட்டுவிட்டு, விண்ணளவு உயர்ந்த திருமேனியினாலும் கால்களாலும் நிலத்தை அளப்பது எந்த வகையில் நியாயம்? இந்த திருவிக்கிரம அவதாரத்திற்கே உலகளந்த பெருமாள் எனப் பெயர்.

திருக்கோயிலூர் கோயில் கருவறையில் உலகளந்த பெருமாள் திருக்கோலம் அமைந்துள்ளது. தூக்கிய திருவடி, தரைக்கு மேலாகப் பத்தடி உயரத்தில் உள்ளது. இதே அளவுள்ள திருமேனியுடன் காஞ்சிபுரத்தில் உலகளந்த பெருமாள் திருக்கோயில் இரண்டு உள்ளன.

பொதுவாகத் தமிழ்நாட்டில் திருமால் திருமேனிகள் நின்ற, இருந்த, கிடந்த கோலத்தில் மட்டுமே காணப்படும். விதிவிலக்காக தொண்டை மண்டலத்தில் மட்டும் உலகளந்த பெருமாள் திருமேனிகள் காணப்படுகின்றன. இதனை அரசியல் வரலாற்றுப் பின்னணியில் நோக்கவேண்டும்.

கி.பி. ஆறாம் நூற்றாண்டளவில் தொண்டை மண்டலத்தைக் கைப்பற்றிய பல்லவர்கள் தமிழ் அரசமரபினர் அல்லர். வன்முறையாலே நிலத்தைக் கைப்பற்றினாலும் அவர்கள் தமிழ் மக்களுக்கு‘வம்ப மன்னர்’ மட்டுமே ஆவர். தங்களைப் பேரரச மரபினோடு பண்பாட்டு அளவில் இணைத்துக்கொள்ள,

அவர்கள் திருமால் உலகளந்த கதையினைப் பயன்படுத்தினர். பல்லவர்களாக அறியப்பட்ட முதல் மன்னன் சிம்ம விஷ்ணு என்னும் வைணவப் பெயர் உடையவன் ஆவான்.

நிலத்தை அளக்கக்கூடிய அதிகாரம், அரசுக்கு மட்டுமே இன்றளவும் உண்டு. இந்த அதிகாரத்தை ஆண்டவனின் பெயரால், தங்களுக்கு உரியதாக ஆக்கிக்கொள்ளப் பல்லவ மன்னர்கள் திருமால் உலகளந்த கதையைப் பயன்படுத்தினர்.

இந்த அதிகாரப் பறிப்பைப் பண்பாட்டு அளவில், சமரசம் செய்துகொள்ளவே திருக்கோவிலூர் இடை கழிக் கதை பிறந்தது. அடுத்தவர் நிலத்தை அபகரிக்கும் முயற்சி ஆண்டவன் பெயரால் செய்யப்பட்டது என்பதையே இடைகழிக் கதை விளக்குகிறது.

மாவலி கதையிலும் இடைகழிக் கதையிலும் அடுத்தவர் நிலம் அபகரிக்கப்பட்டது என்பதே இறுதி நிகழ்வாகும். இந்தப் பண்பாட்டு அடிப்படையில்தான் சமண, பௌத்த வழிபாட்டு இடங்களைப் பக்தி இயக்க எழுச்சியின்போது சைவ, வைணவ மதங்கள் பறித்துக்கொண்டன. இவ்வாறு பறிக்கப்பட்ட கோயில்களின் எண்ணிக்கை தமிழ்நாட்டில் மிகப்பலவாகும். திருக்கோவிலூர் கோயிலும் அந்த வரிசையில் ஒன்றாகச் சேர்கின்றது.

புதிய அரசு மரபினரான பல்லவர்கள் உலகளந்த கதையினைக் கொண்டாடினர். சேர, சோழ, பாண்டியர் ஆண்ட தமிழ்நாட்டின் பிற பகுதிகளில் இக்கதையும் திருமேனியும் கொண்டாடப்படவில்லை. எனவே நில அபகரிப்பானது, நாள்தோறும் செய்தியாகிற தமிழ்நாட்டில் இப்பண்பாட்டுப் பின்புலத்தையும் நாம் நோக்கவேண்டும்.

ஏக ஆதிபத்தியத்தின் வேர்கள்

தமிழ்ச்சாதிக்கு எழுத்துவழி அறியப்பட்ட வரலாறு 23 நூற்றாண்டுகளாக உள்ளது. கி.மு. 8ஆம் நூற்றாண்டைச் சேர்ந்ததாக அறியப்படும் 'ஆதிச்சநல்லூர் நாகரிகத்தில் எழுத்துக்கள் வழங்கியதற்கான சான்றுகள் இதுவரை நமக்குக் கிடைக்கவில்லை. இந்த நெடிய வரலாற்றின் திருப்புமுனைகளை விரிவாகவும் ஆழமாகவும் நோக்கும்போது நமக்குச் சில பாடங்கள் கிடைக் கின்றன. நிகழ்காலத் தமிழன் தன்னுடைய எதிர் காலத்தை ஒழுங்குசெய்ய ஒரு போதும் இந்தப் பாடத்தைப் படிப்பதில்லை.

ஆனால் அறியப்பட்ட இந்த 23 நூற்றாண்டு வரலாற்றுக் குள்ளாகத் தமிழன் நிறையவே சாதனை நிகழ்த்தியுள்ளான். குறிப்பாகப் பண்டைத் தமிழன் இயற்கை வளங்களை நேர்மையாகவும் சரியாகவும் பயன்படுத்தியுள்ளான். தன்னுடைய கலை உணர்வு களுடன், தானே உருவாக்கிய தொழில் நுட்பத்தின் வாயிலாக அவன் படைத்த கலைக் கருவிகள் உலகின் எந்த இனத்திற்கும் குறைவானதல்ல. ஓர் எடுத்துக்காட்டைச் சொல்வதானால், இன்றளவும் காணக்கிடைக்கும் கல்நாயனங்கள் (நாதசுரங்கள்) உலகின் வன்மையான பொருளான கருங்கல்லையும் மென்மையான பொருளான இசைடை யையும் ஒன்றுசேர்த்த விந்தையாகும். ஆயினும் வரலாற்றுக் கணக்கிலே ஐந்தொகை போட்டுப் பார்த்தால் தமிழனுக்கு நட்டக் கணக்குத்தான் மிஞ்சுகிறது. கிறித்துவுக்கு முன்னும்பின்னுமான இரண்டு நூற்றாண்டுகளில் தமிழ்நாட்டில் 'அரசு' என்னும் நிறுவனம் அரும்புகின்றது. இக்காலகட்டத்தில் தமிழ்நாட்டில் சேர, சோழ, பாண்டிய வேந்தர்கள் தோன்றிவிட்டனர். இருப்பினும் தமிழகத்தின் எல்லாப் பகுதிகளும் இவர்களின் கைகளில் இல்லை. பெருவாரியான தமிழ் மக்கள் இனக்குழுத் தலைமையின் கீழும் குறுநிலத் தலைவர்களின் கீழுமே இருந்தனர். இந்த இனக்குழு வாழ்க்கையின் உயர்ந்த விழுமியங்களில், இயற்கையைத் தோழமை கொண்டதும் கூடிப்பகிர்ந்துண்டதும் குறிப்பிடத்

தக்கனவாகும். எட்டுத் தொகை நூலான நற்றிணையில் ஒரு பாடலின் கருத்து நம்மை வியக்கவும், சிந்திக்கவும் வைக்கிறது.

தலைவன், முற்றத்தில் நிற்கும் தலைவியை நெருங்கு கிறான். தலைவி நாணுகிறாள். அதற்கான காரணத்தையும் கூறுகிறாள், "தலைவனே! எனக்கு வெட்கமாக இருக்கிறது, ஏன் தெரியுமா! நீ என்னைத் தழுவ முற்படுகின்ற இந்த இடத்திற்கு நிழல்தரும் புன்னைமரம், என்னுடைய தமக்கை. உடன்பிறந்தவள் முன்னிலையில் யாராவது தன் காதலனைத் தழுவுவார்களா? சின்ன வயதிலே என் அன்னை, புன்னைக்காயை மண்ணில் மறைத்துவைத்து விளையாடுவாளாம். ஒருநாள், புதைத்த புன்னைக் காயைக் காணவில்லை. அந்த இடத்தில் நெய்யையும் பாலையும் அவள் ஊற்றி வளர்த்தாளாம். என் அன்னை எனக்குச் சொன்னாள். அதுதான் இந்த மரம். ஆகவே இம்மரம் என் அன்னைக்கு முதல் பிள்ளை; எனக்கு அக்காள்! மூத்தவள் பார்த்திருக்க இ ளையவள் காதலனுடன் சிரித்திருக்கலாமா? எனக்கு வெட்கமாய் இருக்கிறது.

விளையாடு ஆயமொடு வெண்மணல் அழுத்தி,

மறந்தனம் துறந்த காழ்முளை அகைய,

நெய்பெய் தீம்பால் பெய்தினிது வளர்த்தது;

நும்மினும் சிறந்தது நுவ்வை ஆகும் என்று,

அன்னை கூறினள், புன்னையது நலனே

அம்ம! நாணுதும் நும்மோடு நகையே – நற்றிணை 172.

இப்பாடல் நமக்குச் சொல்லும் செய்தியாவது நாள்தோறும் பார்க்கின்ற மரம், செடி, கொடிகளும் பிற உயிரினங்களும் இரத்த உறவினரைப்போல மக்களால் கருதப்பட்டன என்பதாகும். இம்மாறாத விழுமியங்களே 'அறம்' எனக் கூறப்பட்டது. காலத்திற்கேற்பவும் அதிகாரத்திற் கேற்பவும் மாறிவரும் ஆரிய 'தர்மக் கோட்பாடு' இவர்களிடம் இல்லை. இந்த அறத்தின் அடிப்படையில் இவர்களது தெய்வ நம்பிக்கை இருந்தது. இது பிறப்புவழியிலான உயிர்ச் சமத்துவத்தைக் குலைக்கவில்லை.

வெளியில் இருந்துவந்து இச்சமூகத்தை முதலில் பாதித்த கருத்தியல்கள் சமணமும் பவுத்தமும் ஆகும். ஆரிய வருணக் கோட்பாட்டிற்கு எதிராகப் பிறந்த இந்த மெய்யியல்கள்

தமிழகத்திற்கு ஆரியர்களின் வருகைக்கு முன்னரே தமிழ் நாட்டைத் தொட்டிருந்தன. அவர்களை வடநாட்டிலிருந்து பின்தொடர்ந்து தாக்கிவந்த 'வைதிகம்' தமிழ்நாட்டில் உருவாகிக்கொண்டிருந்த அரசு அதிகாரத்திற்கு அருகில் வந்துநின்றது. சமண, பவுத்தங்கள் வணிகப் பெருவழிகளிலும் சிற்றூர்களிலும் கால்கொண்டிருந்தன. வைதிக மதம் தமிழக நகரங்களில், அரசு அதிகாரத்திற்கு அருகில் அமர்ந்தது. தமிழ் வேந்தர்கள் மக்களைத் தரப்படுத்தும் வைதிகத்தின் முன்பு மண்டியிட்டனர்.

'அரசனே! உனது தலை வேதம் ஓதுவார் முன் தாழ்வாகட்டும், என்னும் பொருள்பட,

> **இறைஞ்சுக பெரும நின் சென்னி சிறந்த**
>
> **நான்மறை முனிவர் ஏந்துகை எதிரே**

என்னும் புறநானூற்றுப் பாடல் (புறம்: 6) அமைந்துள்ளது.

இதைப்போல மற்றொரு பாடலில்,

> ***...நின் முன்னோர் எல்லாம்***
>
> ***பார்ப்பார் நோவன செய்யார் (புறம்: 43)***

என்று வட்டாட்டத்தில் கரவான வேலைசெய்து சோழ மன்னனிடம் வட்டுக்காயம்பட்ட பார்ப்பனப்புலவர் ஒருவர் பாடுகிறார். சங்க இலக்கியக்காலப் பார்ப்பனர்கள் கோயில் பூசாரிகள் அல்லர். அவர்கள் வேதம் என்னும் எழுதாச் சொல்லையே (மனப்பாடம் செய்யப்பட்ட வேத சூத்திரங்களையே) கடவுள் போலக் கொண்டவர்கள். அவர்களுக்கு உருவ வழிபாடு ஏற்புடையதன்று. ஏனென்றால் மனிதர்களைப்போல உணர்வும் இயக்கமும் உடைய கடவுளை அவர்கள் ஏற்றுக்கொள்வதில்லை. இன்று வரையும் வேதத்தையே கடவுள்போல (கடவுளாக அல்ல) ஸ்மார்த்தப் பிராமணர்கள் கொள்கின்றனர். அதாவது 'ஸ்மிருதி' எனப்படும் வேதநூற்பாக்களையே இவர்கள் கடவுளாகக் கொண்டாடு கின்றனர். இவர்களுக்கு மாறாக சிவப்பிராமணர்களும் வைணவப் பிராமணர்களும், கையும் காலும் கண்ணும் உடம்பும் கொண்ட கடவுள்களைக்

கொண்டாடுகின்றனர். கோயில்கள் தனி நிறுவனமானபோது சிறுகோயில்களான ஓரறைக் கோயில் திறவுகோலும், நீர்க் குடங்களும் பூசாரிகளான பார்ப்பனர்களிடமே இருந்தன. 'குட கொண்டு கோயில் புகுவார்', 'குடமும் குச்சியும் கொண்டு' எனவரும் கல்வெட்டுச் செய்திகள் இதை உறுதி செய்கின்றன. உறுதியாக இவர்கள் வேதப் பார்ப்பனர்கள் அல்லர். ஆனால் கெட்டகாலமாக பக்தி இயக்கக் காலத்தில்கூட பல்லவர்களும் பாண்டியர்களும் ஸ்மார்த்தப் பிராமணர்களுக்கே மரியாதை கொடுக்கத் தொடங்கினர். அரசுகளின் எழுச்சியோடு பக்தி இயக்க எழுச்சியாகப் பெருங் கோயில்களும் பெருகத் தொடங்கின. தேவதானம் என்பது கோயில் சார்ந்த சைவ, வைணவப் பிராமணர்களுக்குக் கொடுத்த தானங்களைக் குறித்த சொல்லாகும். இவர்களுக்குக் கொடுத்த தானங்களைவிட தமிழ்வேந்தர்கள் 'பிரம்மதேய விருத்தி' என்ற பெயரில் வேதம் ஓதும் பார்ப்பனர்களுக்கே ஆன்மீக மரியாதை கொடுத்தார்கள். வளமிக்க நன்செய் நிலங்களை மற்றவர்களிடமிருந்து பறித்து வேதம் ஓதுபவர் களுக்குக் கொடுத்தனர். இது குறித்த செப்பேடுகளும் கல்வெட்டுகளும் 'பொதுநீக்கி' என்ற சொல்லோடு அமைந்துள்ளன; அதாவது மற்றவர்களுக்குள்ள உரிமையை நீக்கிவிட்டு அரசன் இவர்களுக்கு அவ்வுரிமையைக் கொடுத்துள்ளான்.

இக்காலத்திய அரசுகளின் வளர்ச்சி நிலவுரிமையின் அடிப்படையிலானது. பழைய நன்செய் நிலங்களும் புதிய கால்வாய்களால் உருவாக்கப்பட்ட புதிய நன்செய் நிலங்களும் பார்ப்பனர், வேளாளர் கூட்டணியின் கைகளுக்கு மாறின. இதனால் அரசதிகாரம் என்பது தமிழ்நாட்டில் வேளாளர்களின் நில உரிமையோடு, பார்ப்பனர்களின் ஆன்மீக அதிகாரத்தின் மீதும் அமைந்தது.

ஏன் இந்த ஒற்றை ஆன்மீகக் கருத்தை மன்னர்கள் ஆதரித்தனர்.

நாட்டார் மரபு சார்ந்த பல்வேறு தெய்வங்கள் என்ற பன்முகத்தன்மையை நிராகரித்து 'ஒரே கடவுள்' என்ற கோட்பாடு மன்னனுக்குப் பிடித்தது. ஏனெனில் பல தலைவர்கள் என்பது மறுக்கப்பட்டு ஒரே அரசன் என்பது அவர்களுக்குத்

தேவை. வேறு வகையில் சொல்வதானால் ஏக ஆதிபத்தியம் என்பதை ஆதரிக்கும் கருத்தியலாக வைதிகம் இருந்ததால் அதை மன்னர்கள் போற்றிப்புரந்தார்கள்,

ஒப்புரவு 1: முதுவேனில்

கூலமும் கூலியும்

தமிழிலிருந்து ஆங்கிலத்துக்குப் போன சொற்களை நினைத்துப் பெருமை கொள்கிற தமிழர்கள் நிறைய உண்டு. அரிசி, கட்டுமரம், மிளகுத் தண்ணீர் ஆகியவற்றோடு ஆங்கிலத்திற்குப் போன சொற்களில் ஒன்று (சிளிளிலிமிணி) கூலி என்பதாகும். ஆக்ஸ்போர்டு அகராதி இந்தச் சொல்லிற்கு 'இந்திய, சீனத் தொழிலாளி' என்று பொருள் சொல்கின்றது. இந்தச் சொல்வழக்கு ஆங்கிலேயர் களால் இழிவாக வழங்கப்பட்டதுமுண்டு.

இந்தச் சொல்லின் வேர்ச்சொல் 'கூலம்' என்பதாகும். இதற்குத் 'தானியம்' என்பது பொருள். செய்கின்ற வேலைக்கு அன்றன்று தானியங்களை (கூலத்தைப் பெறுபவர் கூலியாவார். கூலி என்ற சொல்லிற்கு மாற்றாக ஊதியம், சம்பளம் ஆகிய சாற்கள் பிற்காலத்தில் வழங்கப்பட்டன. சம்பளம் என்பது, சம்பா நெல்லும் அளத்து உப்பும், உழைப்புக்குப் பதிலாகப் பெற்றதைக் குறிக்கும் சொல்லாகும். பணப் பொருளாதாரம் பெரிதாக இல்லாமல் பண்டமாற்றுப் பொருளாதாரம் நிலவிய வேளாண் சமூகக் காலத்தில் ஏழைத்தொழிலாளர் பெற்றதே கூலியாகும். பிற்காலத்தில் கூலி வேலை செய்யும் ஏழை மக்களைக் குறிக்கவும் 'கூலி' என்ற சொல் பயன்பட்டது. மேலோர் மரபில் ஏழ்மை நிலையினை மட்டுமல்லாமல் சமூக மரியாதை பெறாதவர்கள் என்பதனையும் இந்தச் சொல் உணர்த்துகின்றது

வேளாண்மைப் பொருளாதாரம் செழித்திருந்த காலத்தில், பொருளாலும் சாதியாலும் ஒடுக்கப்பட்ட மக்கள், மாதச் சம்பளம் பெற்றதில்லை. மாதச் சம்பளம் என்பது காலனிய ஆட்சியாளர்கள் வந்தபின் ஏற்பட்ட அரசு நடைமுறையாகும். அதற்கு முந்திய காலத்தில் நெல், பிற தானியங்கள், பால், கள் போன்ற பொருள் உற்பத்தியோடு தொடர்புடைய மக்கள் தங்களுக்குள் தங்கள் பண்டங்களை மாற்றிக்கொண்டனர்.

கோயிற் பண்பாடு வளர்ந்தபோது வேளாண்மைப் பொருளாதாரம் கோயிலோடு பிணைக்கப்பட்டது. இக்கால

கட்டத்தில்தான் துணைக்கருவிகள் செய்தல், கருவிகளை (இசைக் கருவிகள், உழவுக் கருவிகளை) பழுது நீக்குதல், முடிதிருத்துதல், சலவை செய்தல் என்பன போன்ற புதிய சேவைத் தொழில்களும் அவற்றிற்கான சேவைச் சாதிகளும் உருவாக்கப்பட்டன. உழுதொழிலாளியாகவும் மருத்துவராகவும் தோலால் ஆன இசைக் கருவிகள் செய்பவராகவும் அவற்றைப் பழுதுபார்ப்பவராகவும் இருந்த பறையர் சாதியார் கோயிலோடு பிணைக்கப்பட்டனர். கால்நடைகளை மேய்த்துப் பால் உற்பத்தி செய்துவந்த இடையர்கள் கோயில் விளக்கிற்கு நெய் கொடுப்பதற்காகக் கோயிலுக்குரிய ஆடுகளையும் மாடுகளையும் பேணும் சாதியராகக் கோயிலோடு பிணைக்கப்பட்டனர். இவ்வகையில் சில உற்பத்திச் சாதிகளைக் கோயில்களின் அதிகார மையம் சேவைச் சாதிகளாக மாற்றியது வரலாற்று நிகழ்வாகும்.

சமூக அதிகாரத்தினையும் ஆன்மீக அதிகாரத்தையும் கோயில் நிர்வாகத்தையும் கையில் எடுத்துக்கொண்ட பார்ப்பனர்கள் புரோகித சேவைச் சாதியாரே. அவர்கள் மட்டும் தங்களுடைய வேலைக்காக மன்னர்களிடம் 'நிரந்தர'க் குடியிருப்பு வசதியினையும், நஞ்சை நிலங்களின் மேலாதிக்க உரிமையினையும் நிரந்தரமாகப் பெற்றுக்கொண்டுவிட்டனர். கிராமங்களிலும் கோயில்களிலும் பணி செய்த சேவைச்சாதிகள் (இடையர் தவிர) ஆண்டு மானியமாக நெல்லையும் பிற தானியங்களையும் கூலியாகப் பெற்றுக்கொண்டனர். அவர்களுக்குத் தரப்பட்ட மானியம் 'துடவை' எனப்பட்டது. எளிய மக்கள் தங்களுக்குக் கிடைத்த சிறுசேவைகளுக்காக நெல்லையே கூலியாகச் செலுத்தினர். எடுத்துக்காட்டாக, ஆற்றைக் கடக்க ஓடம் செலுத்துபவருக்குத் தரப்படும் கூலி 'ஓடக்கூலி'யாகும்.

கோயில் ஆடுகளையும் மாடுகளையும் பேணி வளர்த்த, கோயில் விளக்கிற்கு நெய் அளந்த, இடையர்களுக்கு சேவைக் காகக் கூலியோ மானியமோ கிடையாது. அந்த வேலை 'வெட்டி' வேலையாகும். எனவே, கல்வெட்டுக்களில் அவர்கள் 'வெட்டுக்குடிகள்' என அழைக்கப்பட்டனர். அவர்களுக்கான ஊதியம் ஆடு, மாடுகளின் இனப்பெருக்கத்தால் கிடைக்கும்

கன்றுகளேயாகும். 'வெட்டுக்குடி இடையன்' என்னும் சொற்றொடரைத் தமிழ்க் கல்வெட்டுக்களில் பரவலாகக் காணலாம்.

இவர்களைப் போலவே இடுகாட்டிலும் சுடுகாட்டிலும் சேவை செய்யும் 'வெட்டியான்' என்ற பெயருடைய பணியாளருக்கு உடனுக்குடன் ஊதியம் தரப்படுவதில்லை. ஆண்டு ஊதியமாகத் தான் பணி செய்யும் குடிகளிடமிருந்து நெல்லினைப் பெற்றுக்கொள்ளலாம். இவர்களைப் போலவே தானிய அறுவடைக்களத்தில் வாழ்த்துப் பாட்டுப் பாடும் பாணர் களுக்கும் அந்த ஒரு பொழுதில் தரப்படும் தானியமே அந்த ஆண்டு முழுவதுக்குமான ஊதியமாகும்.

அரசதிகாரத்திற்கு நேரடியாகச் சேவை செய்யாத, சிற்றூர் களில் வாழ்ந்த, கொல்லரும் தச்சரும் குடிமக்களிடமிருந்து ஆண்டு பதியமாகத் தானியங்களைப் பெற்றனர். ஆனால், இச்சிற்றூர் அமைப்புகளில் ஒரு நுட்பமான பண்பாட்டசைவு நிகழ்ந்தது. வெள்ளத்தாலோ வறட்சியாலோ பஞ்சம் ஏற்படும் காலங்களில் விளைச்சல் எதுவுமில்லாமல் போய்விடலாம். அவ்வகையான நேரங்களில் ஊரின் எளிமையான குடிமக்கள் தங்கள் தேவையினைச் சுருக்கிக்கொண்டு கொல்லருக்கும் தச்சருக்கும் அவர்களைப் போன்ற முடிதிருத்தும் தொழிலாளி, சலவைத் தொழிலாளி போன்றவர்களுக்கும் உயிர் வாழ்வதற்கு மட்டும் தேவையான குறைந்தளவு தானியங்களைக் கொடுத்துதவுவது வழக்கம். இதற்கு 'தசைக் கூலி' என்று பெயர். அதாவது, அடுத்த பருவத்திற்குத் தேவையான உடல் வலிமை யேனும் அவர்களுக்கு இருக்க வேண்டும். இதற்காகத் தங்கள் உடல் நலத்தைக் காத்துக் கொள்ள அவர்களுக்குத் தரப்படும் குறைந்தபட்சக் கூலி இது. இந்த வழக்கம் காலனி ஆட்சி நடைபெற்ற போதும்கூட உயிரோடிருந்தது.

கோயிலுக்குள்ளாக மட்டும் பணி செய்தவர்களில் பார்ப்பனப் புரோகிதர்களும் பார்ப்பன உதவியாளர் (பரிசாரகர்), மடைப்பள்ளிப் பணியாளர், இசைக்காரர்கள் (சின்ன மேளம்) ஆகியோரும் நாள்தோறும் சோற்றுக்கட்டி யினையும் ஊதியமாகப் பெற்றனர். திருவிழாக்காலங்களில் மட்டும் அந்த உரிமையினை மற்றவர்கள் பெற்றனர்.

படைப்பிலக்கியங்களும் பண்பாட்டு வெளிப்பாடும்

'பண்பாடு' என்பதனை ஒரு மொழியோடு மட்டும் சார்த்திப் பார்ப்பது இயற்கையாகாது. ஒரு நிலப்பகுதியில் தொட்டெடுத்த மொழிகளோடு உறவுடையதாகவே ஒரு மக்கள் திரளின் பண்பாடு அமையும். எனவே 'தமிழ்ப் பண்பாடு' என்ற சொல்லை விட 'திராவிடப் பண்பாடு' என்ற சொல்லே பொருளுடையதாகும். தமிழோடு மட்டுமன்றி மலையாளம், துளு, கன்னடம், தெலுங்கு ஆகிய மொழிகளைப் பேசும் மக்கள் கூட்டத்தாருக்கும் இவை வழங்கும் நிலப்பகுதியினுள் அடங்கும் திருந்தாத மொழிகளைப் பேசும் மக்கள் கூட்டத்தாருக்கும் இடையே பண்பாட்டின் அடிப்படைக் கூறுகளில் ஒரு பொதுத்தன்மை நிலவுகின்றது. அந்தவகையில் புழங்கு பொருள்சார் பண்பாடும் (னீமீமீமீகூ்வீணீறீ நீஷுறீமீஷுகூ்மீ) பெரும்பாலும் ஒத்ததாகவே அமையும். கருத்தியல் நிலையில் நிலத்தின் தன்மை, உற்பத்தி உறவுகள், புறநிலைத் தாக்குதல்கள், பருவகாலம் ஆகியவை சார்ந்து சிற்சில மாறுதல்களுடன் பண்பாட்டுக் கூறுகள் வெளிப்படும்.

மேலோட்டமாக எடுத்துக்காட்டுவதானால் 'கற்பு' என்னும் கருத்தியல் வெளிப்பாட்டினை எடுத்துக் கொள்ளலாம்

வள்ளி கீழ்வீழா வரைமிசைத்தேன் தொடா

கொல்லை குரல்வாங்கி யீனா

என்று பெண்ணின் கற்பினை இயற்கையே பாதுகாப்பதாகக் கலித்தொகை பாட்டு ஒன்று கூறும். அவள் கற்பு நெறி தவறும்போது இயற்கை தன் நிலை மாறித் தண்டிக்கும் என்பது இதன் கருத்து. புகழ்பெற்ற மலையாள எழுத்தாளர் தகழியின் 'செம்மீன்' நாவல் மீனவர் வாழ்க்கையின் பிற்புலத்தில் இதே கருத்தினை வெளிப்படுத்தியது. நாவலை விட 'செம்மீன்' திரைப் படத்தில் இக்கருத்து உயிர்ப்புடன் காட்சிப்படுத்தப்பட்டது.

திராவிடப் பண்பாட்டின் தனித்த கூறுகளில் ஒன்று முறைப்பெண், முறை மாப்பிள்ளை உறவாகும். நூறு ஆண்டு களுக்கு அன்புவரை பெரும்பாலான சாதித் திரள்களில் இது வலிமையான கூறாகும். சங்க இலக்கிய அகப்பாடல் தொகுதி யில் இந்த வாழ்வியல் கூறுபற்றி ஏதும் கிடைக்கவில்லை. ஆனால் இந்த உறவு முறையின் பகுதியான மாமியார் – மருமகன் கூச்சம் சங்க இலக்கியங்களில் மறைமுகமாகப் பதிவு செய்யப்பட்டுள்ளது. இன்றும் பெரும்பாலான சாதிகளில் இந்த உறவு முறை கூச்சம் நிரம்பியதாகவே உள்ளது. சங்க இலக்கிய அகத்திணை மாந்தர்களுள் தலைவியின் தாயான நற்றாயும் ஒருத்தியாவாள். ஆனால் நற்றாய் கூற்றுப் பாடல்களும் மருமகனான தலைவனைப் பற்றி எதுவும் பேசுவது இல்லை என்பது ஓர் இலக்கிய மரபாகப் பின்பற்றப்பட்டுள்ளது. இந்த இலக்கிய மரபு, வாழ்வியல் வெளிப்படுத்தும் பண்பாட்டுக் கூறுகளிலிருந்து விளைந்ததாகும். வைதிகச் சார்புடைய பக்தி இலக்கியத்தில் இந்த மரபு மீறப்பட்டுள்ளதனை அப்பர் தேவாரப் பாடல் ஒன்றின் வழி அறிகின்றோம்.

உறவு பேய்க் கணம் உண்பது வெண்தலை

உறைவது ஈமம் உடலில் ஓர் பெண் கொடி

துறைகளார் கடல் தோணி புரத்துறை

இறைவனார்க் கிவள் என்கண்டு அன்பாவதே

என்பது அப்பாடல்.

திராவிட மண உறவுமுறையில் ஓர் ஆண் மகன் மனைவியைப் போல தன் உடன் பிறந்தவளுக்கும் அவள் கணவனுக்கும் கடமை உடையவன் ஆகிறான். இடர்படும் காலத்தில் வலியச்சென்று உடன்பிறந்தவளின் கணவனுக்கு உதவுவது சமூக வழக்கம். வடமொழிக் கதையான பாரதக் கதையில் அருச்சுனனுக்காகக் கண்ணன் தேரோட்டி உதவு கின்றான். தன் தங்கை சுபத்திரையின் கணவன் என்பதனால் கண்ணன் அவனுக்குச் செய்யும் உதவி இது.

மன்னா மறுக மைத்துனன் மார்க்கு ஒரு தேரின்மேல்
முன்னங்குசென்று மோழை எழுவித்தவன்

என்று கண்ணனை இந்த உறவுமுறையின் அடிப்படையில் பெரியாழ்வார் பாடுகின்றார். இந்த உறவுமுறையின் தொடர்ச்சியாகவே தாய்மாமன் என்பவர் ஒருவருக்குத் தந்தையினும் பெரிய மரியாதைக்குரியவராகிறார். அண்மைக்காலத் தமிழ்த் திரைப்படங்கள் இவ்வுறவினைப் பெருமளவு வணிகமயப் படுத்தியிருப்பதனைக் காண முடிகின்றது.

இருபதாம் நூற்றாண்டின் நாவல் –சிறுகதை ஆகிய சமகாலப் படைப்பிலக்கியங்கள் இரண்டும் பெரும்பாலும் இதழ்கள் சார்ந்தே வளர்ந்துள்ளன. இவற்றிலும் கணிசமானவை மேற்சாதியினரால் தங்கள் சாதி அடையாளத்தோடும் சாதிய அடையாளமின்றியும் எழுதப்பட்டவை. அறுபதுகளின் தொடக்கப்பகுதிவரை கல்கி, மு.வ., நா.பார்த்தசாரதி, அகிலன் உள்ளிட்ட பெயர்பெற்ற படைப்பாளிகளின் ஆக்கங்களெல்லாம் இவ்வகையிலேயே அமைந்தன. தேர்ந்த கலைஞரான தி. ஜானகிராமனும் இந்த வரிசையிலிருந்து தப்பவில்லை.

பண்பாடு என்பது வெகுமக்கள் திரள் சார்ந்தது. அடிப்படைப் பண்புகள் சிலவற்றுடனும் தனிக் கூறுகளுடனும் விளங்கும் இம்மக்கள் திரளை அடையாளப்படுத்தும் எழுத்துகள் இவர்களிடமிருந்து பிறக்கவில்லை.

பண்பாட்டு வேர்களைக் கண்டு அவற்றின் வாழ்வினையும் வீழ்ச்சியினையும் அடையாளம் காட்டும் எழுத்துகள் அறுபதுகளின் பிற்பகுதியிலிருந்துதான் பிறந்தன. ஜெயகாந்தன் எழுத்துகளில் ஒரு பகுதியினை இந்த வகையினைச் சார்ந்ததாகக் கொள்ளலாம்.

இவ்வகையில் குறிப்பிட்டுச் சொல்லத்தகுந்த முதல் எழுத்தாக நீல பத்மநாபனின் 'தலைமுறைகள்' நாவலையே கொள்ள முடியும். மனித உறவுகளின் (குடும்ப உறவுகளின்) மேன்மையினைச் சொல்லி அவற்றின் சிதைவினை அடையாளப்படுத்தும் எழுத்துகள் கரிசல் வட்டார எழுத்துக்களிலிருந்தே பிறந்தன எனவும் சொல்லலாம்.

குறிப்பாகக் கி.ரா.வின் 'புறப்பாடு' என்ற சிறுகதை பெரும்பாலும் திறனாய்வாளர்களால் பேசப்படாத ஒரு மிகச்சிறந்த கதையாகும். மரணம் குறித்த நாட்டார் மரபுகளின்

உணர்வுகளைப் புலப்படுத்தும் கதை இது. வேதம், வேதாந்தம், யோகம் என்று நகர்ப்புறம் சார்ந்த மேல் மத்தியதர வர்க்க ஆன்மீகச் சிந்தனைகளைச் சட்டென்று தூக்கியெறியும் ஆற்றல் மிகுந்த சிறுகதை. டி.எஸ். எலியட்டின் பாழ்நிலம் (ஜிலீமீ ஷ்ணீவமீமீ றீணீஸீபீ) கவிதையினைத் தலையில் தூக்கிவைத்துக் கொண்டாடிய தமிழ்நாட்டுத் திறனாய்வாளர்களுக்கு இந்தச் சிறுகதை பிடிபடவே இல்லை.

'சாதலும் புதுவ தன்றே' என்ற புறநானூற்றுச் சிந்தனையின் தொடர்ச்சியாக இக்கதையினைக் கொள்ள வேண்டும். பிறப்பினைப் போல இறப்பும் ஓர் இயல்பான நிகழ்வு என்பதே வெகுமக்கள் பண்பாட்டின் அடிக்கூறுகளில் ஒன்றாகும். இதனைப் புரிந்துகொள்ளாத காரணத்தால்தான் மகப்பேற்றினை ஒரு நோயாகவும் சூல்கொண்ட பெண்ணை ஒரு நோயாளியாகவும் கருதும் நவீன நாகரிகம் வேர்களை அடையாளம் காணமுடியாமல் தவிக்கின்றது.

இதன் விளைவாகவே நகர்ப்புறங்களில் மகப்பேறு மனைகள் (விணீமீமீகூஷ்ஸீவீமீஹ் பிஷீனீமீவ) மகப்பேறு மருத்துவமனைகள் (விணீமீமீகூஷ்ஸீவீமீஹ் பிஷீவஜீவீமீணீறீவ) ஆகக் காட்சி தருகின்றன.

பண்பாட்டுக் கூறுகளில் ஒன்று, அதன் அசைவுகள் வட்டாரத் தன்மைகளோடு சேர்ந்து வேறுபடுவதாகும். வட்டாரத் தன்மையானது பண்பாட்டளவில் தமிழ்நாட்டில் ஓரளவே சிதைந்துள்ளது. எனவே அண்மைக் காலப் படைப்பிலக்கியங்களில் வட்டாரத் தன்மையுடன் வெளிவரும் நாவல், சிறுகதைகள் ஆகியன பண்பாட்டு வேர்களைத் தம்முள்ளே கொண்டிருக்கின்றன. புதுமைப் பித்தனே இம்மரபினைத் தொடங்கிவைத்தார்; எனினும் மிக அண்மைக் காலமாக இந்நெறி ஒரு மரபாகச் செழித்து வளருகின்றது. இமையத்தின் 'செடல்' நாவல் இதற்கு நல்ல உதாரணம்.

பண்பாடு என்பது பழைமையைக் கொண்டாடுவது அன்று. உயிருள்ள வேர்களை மட்டும் அடையாளம் கண்டு பாதுகாப்பதாகும். ஏனென்றால் உயிருள்ள வேர்கள் இன்னமும் சமூக அசைவியக்கங்களை முன்னெடுத்துச் செல்கின்றன என்பதே அதற்குரிய காரணமாகும்.

அதிர்ச்சி மதிப்பீடு

நாற்பது ஆண்டுகளுக்கு முன் 37 கிழக்கு முகவை மாவட்டத்தில், வேலை செய்து கொண்டிருந்தபோது, நடந்த நிகழ்வு இது.

மங்கலம் என்னும் பெயரிலான சிற்றூர். இருநூறு வீடுகள் இருக்கும். மருத்துவர், தச்சரைத் தவிர மற்றவர்கள் ஒரே சாதிக்காரர்கள். வறண்டு போன காட்டோடையும் குட்டிச் சுவர்களில் நின்ற ஓர் அக்கிரகாரமும் ஊன் பழைமையைச் சொல்லிக்கொண்டிருக்கும் கிட்டத்தட்ட ஆண்கள் அனைவருமே குடிகாரர்கள்; மனைவியை அடிப்பவர்கள். மாலை நேரங்களில் ஊர்ப் பெண்கள் அழுகிற ஓசை கேட்டுக்கொண்டே இருக்கும்.

இந்த நிலையில் இரண்டு பிள்ளைகளின் தாயான பெண்ணொருத்தி, குடிகாரக் கணவனின் கொடுமை தாங்காமல் அரளி விதையை அரைத்துக் குடித்து இறந்து போனாள். அந்த ஊர்க்காரர்களுக்கே இந்தக் கொடுமையைத் தாங்க முடியவில்லை. இழவு வீட்டிற்கு வந்த ஆண்களும் பெண்களும் குடிகாரக் கணவனைச் சுற்றிநின்று வைது தீர்த்தனர். குற்ற உணர்வோடு அவன் அழுதுகொண்டே தலையைக் குனிந்தபடி இருந்தான். மேலும் மேலும் வைதார்கள். இதைப் பார்த்த மற்ற பெண்களுக்கு ஒரு மகிழ்ச்சி தன்னுடைய குடிகாரக் கணவனும் இப்படி அவமானப்பட வேண்டும் என்று மனத்துக்குள் ஒரு பழிவாங்கும் உணர்வு.

பதினைந்து நாள் கழித்து மற்றொரு பெண் இறந்து போனாள். அவள் கணவனுக்கும் இந்த அவமானமெல்லாம் கிடைத்தது. அடுத்தடுத்த பதினைந்து நாள், இருபத்தைந்து நாட்களில் ஐந்தாறு பெண்கள் இதே மாதிரிப் போய்ச் சேர்ந்தார்கள்.

பக்கத்து ஊர்க்காரர்களுக்குச் சந்தேகம் வந்துவிட்டது. மங்கலத்துக்காரர்கள் மனைவியைக் கொன்றுவிட்டு இப்படி நாடகமாடுகிறார்கள் என்று நினைத்தார்கள். அந்த ஊருக்குப் பெண் கொடுக்கவும் எடுக்கவும் வர மறுத்தார்கள். இரண்டு மூன்று திருமணங்கள் தடைப்பட்டுப் போயின. ஊரிலுள்ள எஞ்சிய குடிகார ஆண்களுக்கு இது பெருத்த அவமானமாயிற்று.

இந்தத் தற்கொலை உணர்வு கொண்ட பெண்களுக்குப் பாடம் புகட்ட வேண்டும் என்று நினைத்தார்கள். குடிப்பழக்கத்தை நிறுத்துவது என்றா? இல்லை. இனி எந்தப் பெண்ணாவது அரளி விதை தின்று தற்கொலை செய்துகொண்டால் அவளை மரியாதையாக அடக்கம் செய்வதில்லை. செத்துப் போன வெறிநாயைப் போல ஓலைப் பாயில் கிடத்தி, தெருத்தெருவாக இழுத்துச்சென்று அதன் பின்னரே அடக்கம் செய்யவேண்டுமென்று முடிவெடுத்தனர். அந்தப் பகுதியில் ஒரு வழக்கமுண்டு; ஒரு நாய்க்கு வெறி பிடித்துவிட்டது என்றால், சிறு பிள்ளைகளை ஏவிவிடுவார்கள். பத்து இருபது பிள்ளைகள் அந்த வெறிநாயை விரட்டிவிரட்டிக் கல்லால் அடித்துக் கொல்வார்கள். கொல்லப்பட்ட நாயை ஓலைப் பாயில் கிடத்தி ஆரவாரத்துடன் ஊரைச் சுற்றி வருவார்கள். மல்லாந்த கால்களோடு பிளந்த வாயோடு அந்த நாய் ஓலைப்பாயில் கிடக்கும். அதன் பின்னரே ஊருக்கு வெளியிலே கொண்டு சென்று புதைப்பார்கள். ஊரின் இந்த முடிவு பெண்களுக்கு அதிர்ச்சியாகப் போய்விட்டது.

பிளந்த வாயோடும் கலைந்த தலையோடும் விலகிக் கிடக்கும் துணியோடும் தாங்கள் ஓலைப் பாயில் கிடத்தப் பட்டுத் தெருத்தெருவாக இழுத்துச் செல்லப்படும் காட்சி அவர்களின் கற்பனையில் விரிந்தது. இறந்தபிறகும் இப்படியோர் அவமானத்தைச் சந்திக்க அவர்களது மான உணர்ச்சி இடம் தரவில்லை.

பிறகென்ன? அந்த ஊரிலிருந்தே அரளி விதை காணாமல் போய்விட்டது.

அதிர்ச்சி மதிப்பீடு, அதிர்ச்சி மருத்துவம் என்றெல்லாம் கேள்விப்பட்டிருக்கிறோம். சிற்றூர்ப் புறங்களில் அது இப்படித்தான் எதிர்வினையாற்றும் என்று நமக்குத் தெரியாமல் போயிற்று.

நாற்பது ஆண்டுகளுக்குப் பின்னரே அந்தப் பக்கம் போயிருந்தேன். மங்கலத்தார் எப்படி இருக்கிறார்கள் என்று விசாரித்தேன். குடிகாரக் கணவர்களின் எண்ணிக்கையில் ஒன்றுகூடக் குறையவில்லை. ஒன்றிரண்டு பிள்ளைகள் பத்தாவது வகுப்புவரைப் படித்திருக்கிறார்கள் என்பதைத் தவிர!

www.ingramcontent.com/pod-product-compliance
Lightning Source LLC
LaVergne TN
LVHW060146051026
849517LV00007B/2573